बाई,बायको,कॅलेंडर

वपु काळे

मेहता पब्लिशिंग हाऊस

◆ *या पुस्तकातील लेखकाची मते, घटना, वर्णने ही त्या लेखकाची असून त्याच्याशी प्रकाशक सहमत असतीलच असे नाही.*

BAI, BAYKO, CALENDAR by V. P. KALE

बाई, बायको, कॅलेंडर : वपु काळे / कथासंग्रह

© स्वाती चांदोरकर व सुहास काळे

मराठी पुस्तक प्रकाशनाचे हक्क मेहता पब्लिशिंग हाऊस, पुणे.

प्रकाशक : सुनील अनिल मेहता, मेहता पब्लिशिंग हाऊस,
१९४१, सदाशिव पेठ, माडीवाले कॉलनी पुणे – ४११०३०.

अक्षरजुळणी : इफेक्ट्स, २१/६ब, आयडिअल कॉलनी, कोथरूड, पुणे – ३८.

मुखपृष्ठ : शि. द. फडणीस

प्रकाशनकाल : ११ डिसेंबर, १९७१ / नोव्हेंबर, २००२ / मार्च, २००५ / मार्च, २००८ / सप्टेंबर, २००९ / जानेवारी, २०११ / फेब्रुवारी, २०१२ / मार्च, २०१३ / फेब्रुवारी, २०१४ / जून, २०१५ / नोव्हेंबर, २०१६ / पुनर्मुद्रण : जून, २०१८

P Book ISBN 9788177663570
E Book ISBN 9788184987614
E Books available on : play.google.com/store/books
www.amazon.in

श्रीमती स्मिता शेवडे
आणि
श्री. व सौ. माधुरी भागवत
यांना

तुमचा सहवास लाभला म्हणून
जगण्यातला आनंद वाढला.

हा संग्रह कृतज्ञतापूर्वक तुम्हाला अर्पण

– वपु

अनुक्रमणिका

बाई, बायको, कॅलेंडर

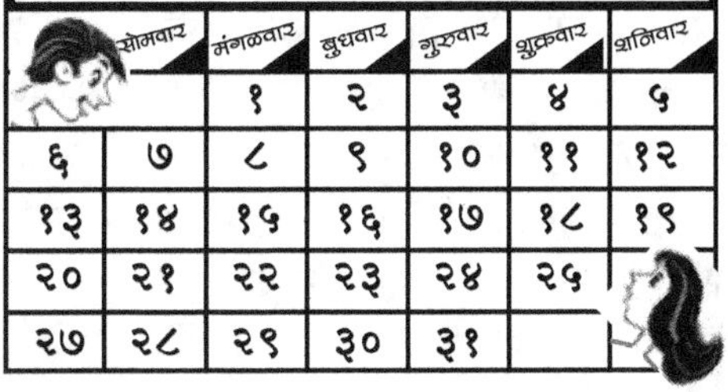

☺	सोमवार	मंगळवार	बुधवार	गुरुवार	शुक्रवार	शनिवार
		१	२	३	४	५
६	७	८	९	१०	११	१२
१३	१४	१५	१६	१७	१८	१९
२०	२१	२२	२३	२४	२५	
२७	२८	२९	३०	३१		

उघड्या दरवाजातून चिमण एखाद्या तीरासारखा माझ्या खोलीत घुसला. माझा हात त्यानं अशा काही आवेशानं खेचला, की लहानपणी मी जर माफक प्रमाणात व्यायाम केला नसता तर माझा तो हात खांद्यापासून निखळलाच असता. मी त्याच्या त्या आवेशाकडे केवळ पाहतच राहिलो. पण त्याला पाहत राहायला सवड नव्हती. मला बाहेरच्या खोलीत ओढीत नेता नेता तो म्हणाला,

'बाहेर कोण आलंय् बघ.'

–तोवर मी बाहेर आलोच होतो आणि दरवाजातच उभ्या राहिलेल्या त्या व्यक्तीला पाहून जागच्या जागी खिळलोच. चिमण तेवढ्यात कानात पुटपुटला,

'चल ना पुढे.'

'चिमण, मला आधी चिमटा घे.'

चिमणनं सणसणून चिमटा घेतला. मी विव्हळलो, तरी म्हणालो, 'छे, नाही खरं वाटत.'

'मग काय करू?'

'सिगरेटचा चटका दे.'

चिमणनं खरोखरच काडी शिलगावली आणि मी परत खोलीकडे वळलो. हातातली काडी फेकून देत चिमण पाठोपाठ आला व म्हणाला,

'अरे, कमीत कमी, तिला 'या बसा' तरी म्हणशील?'

'अगोदर थंड पाण्याची धार डोक्यावर धरतो आणि नीट शुद्धीवर आलो की मग गृहस्थधर्म वगैरे नीट संभाळतो.'

'तुला हे सगळे प्रकार करावेसे वाटतील हे मी ओळखलंच होतं. तिला मी तसं म्हणालोही घरून निघताना. जाऊ दे आता. मीच तुझ्या वतीनं तिचं स्वागत करतो. तू थंड पाण्याची धार डोक्यावर धर, नाहीतर बादलीत बुडी मार, काहीही कर. शुद्धीवर आलास की ये बाहेर गप्पा मारायला. मला वेळ थोडा आहे एवढं मात्र लक्षात ठेव.'

'का?'
'तिला असं फार वेळ हिंडवणं बरं नाही.'
चिमण बाहेरच्या खोलीत गेला आणि मी तसाच उभा राहिलो. खरं आणि खोटं ह्यात चार बोटांचं अंतर असतं, असं म्हणतात. पण इथं आता काही ऐकण्याचा प्रश्न उरलाच नव्हता. प्रत्यक्ष डोळ्यांनीच मी त्या युवतीला खुद्द माझ्या घरात, एवढ्यात पाहिली होती आणि तरी माझा त्यावर विश्वास बसत नव्हता.
–आणि कसा बसावा तुम्हीच सांगा?
नवीन वर्ष सुरू होऊन अवघे चारच महिने झाले होते. चारच महिन्यांपूर्वी नव्या वर्षाची कॅलेंडर्स घराघरातून झळकली होती. म्हाताऱ्याकोताऱ्यांनी घरात आलेल्या कॅलेंडर्सच्या तारखा नीट पाहिल्या. त्या तारखांच्या चौकोनांतून पौर्णिमा, चतुर्थ्या ह्यांची नोंद आहे की नाही ह्याची पहाणी केली. गृहदक्ष गृहिणींनी, दुधाचे रतीब मांडण्याइतपत तारखांचे चौकोन मोठे आहेत की नाहीत हे तपासलं. नोकरी करणाऱ्या व्यक्तींनी, रविवारला जोडून तांबड्या तारखा कोणत्या महिन्यात जास्त आहेत ह्याचा प्रथम शोध घेऊन, त्यानुसार दांड्या मारण्याचं नवं कॅलेंडर आखलं. आणि मी? चिमणकडे ते नवं कॅलेंडर आलेलं पहाताच सर्द झालो. कॅलेंडर म्हणण्यापेक्षा त्या चित्रावर! हातात ट्रॅन्झिस्टर घेऊन उभी राहिलेली ती युवती पाहाताच मी म्हणालो,
'बस् बस् चिमण, आपण रोज तुझ्या घरी एक चक्कर टाकणारच; आणि माझा तो त्रास तुला चुकावा असं वाटत असेल तर हे कॅलेंडर मला देऊन टाक.'
'वा वा! खालची तारखांची पानं फाडून घे हवी तर–' चिमण गंभीर चेहरा करीत म्हणाला, 'हे कॅलेंडर तुला मी जरूर दिलं असतं पण ही बाई पहाण्यासाठी तुझ्या घरी रोज यायला मला सवड नाही. तेव्हा, तूच रोज येत जा; तो त्रास मी सहन करीन.'
'रोज येणारच मी. काय साली फिगर आहे! अपनी तो जान निकल गयी यार. काय वहिनी, चालेल ना रोज आलो तर?'
चिमणची बायको बाहेर येत म्हणाली,
'बाई सोडा हो भावजी, तिची साडी बघा आधी. दोन हजार रुपये मोजले तरी अशी साडी हिंदुस्थानात मिळायची नाही.'
तेवढ्यात चिमण कानात पुटपुटला, 'हिला म्हणावं, बाई काय सोडा, साडी सोडा.'
मी खळखळून हसलो. चिमणच्या पाठीत बुक्की मारीत वहिनी म्हणाल्या, 'भावजी, काय म्हणाले हो हे ? काहीतरी टारगटपणा केला असेल ह्यांनी, होय ना?'
'तसं काही नाही. येत जा रोज म्हणाला.' मी सांगितले.
'तुम्हीही त्यातलेच.' असं म्हणून वहिनी आत गेल्या.

त्या प्रसंगानंतर ती लावण्यलतिका पाहण्यासाठी चिमणच्या घरी मी अक्षरश: अनेकवार गेलो होतो.
आणि आज– आता काय सांगू?
चिमण त्या कॅलेंडरमधल्या बाईलाच घेऊन माझ्या घरी आला होता. होय. तीच बाई. तिच्यासारखी दिसणारी दुसरी बाई नव्हे. वहिनी म्हणाल्या होत्या तेच दोन हजार रुपयेवालं पातळ नेसून, तीच बाई आली होती. मी थंड पाण्याची धार डोक्यावर धरली किंवा बादलीत बुडी मारली किंवा दोन्ही गोष्टी केल्या तरी ती बाई तीच होती ह्या वस्तुस्थितीत फरक होणार नव्हता.
चिमण परत आत आला. आता मी त्याचे खांदे घुसळीत म्हणालो,
'चिमण्या, हे कसं घडलं?'
'माझा खांदा मोडला, सोड पाहू आधी हात. अगोदरच गेले दोन दिवस अंग ठणकतंय.'
'का?'
–डोळे मिचकावीत चिमण म्हणाला, 'ब्रम्हचाऱ्याला ते कारण, लग्न झाल्याशिवाय समजणार नाही. ते जाऊ दे. पण...'
'वा वा, जाऊ दे कसं? अगोदर हे सांग, की हे घडलं कसं?'
'आता कसं सांगू? माझीच मती गुंग झालीय् इथे. पण म्हणतात ना 'पुरुषस्य भाग्यं, स्त्रियश्चरित्रम देवो न जानाति कुतो मनुष्य:' तसला प्रकार आहे. बोल आता! हे कसं घडलं, ह्या तुझ्या प्रश्नाला माझ्याजवळ एवढंच उत्तर आहे. हा अद्‌भुत प्रकार खरा घडतोय– हे तर खरं ना?'
मी मान हलवली.
'मुद्दाम तुला दाखवायला आणली.'
'मला आणखीन जळवायला?'
'नाही रे, असं मात्र समजू नकोस. तू मला नेहमी थापाड्या म्हणतोस. मी थापा मारतो एरव्ही, नाही असं नाही! पण माझी ही एक थाप मात्र वाटू नये, अशी इच्छा होती, म्हणून तिला घेऊन आलो. एरव्ही, तिला बरोबर घेऊन हिंडण्याची माझी काय टाप होती?' चिमण म्हणाला.
'का?'
'का काय?– कुणी पाहिलं तर? गेले दोन दिवस दारं-खिडक्या बंद करून दिवस काढले.'
'आणि ऑफिस?' मी बावळटासारखा प्रश्न विचारला.
'अरे हाय् कंबख्त! काय विचारतोस तरी काय? फुकट रे फुकट. तू उद्या कल्पवृक्षाखाली बसलास तरी एक सिंगल चहाच मागशील. अरे, बायको बाहेरगावी,

घरी ही अप्सरा प्रसन्न, अशा वेळी ऑफिस?'
'चिमण्या हे बरं नाही पण-'
'चुप बैठो यार! अरे पाणी घालून ताक पिणाऱ्या माणसानं समोर व्हिस्कीचा पेग आला तर तो काय लाथाडून द्यावा? मानससरोवराच्या तीरावर जाऊनही काय परसातल्या आडातच बुड्या मारण्याची इच्छा करावी?'
'अरे पण वहिनी...'
'हे बघ, ज्यांना असे चान्सेस् मिळत नाही त्यांनी संस्कार, संस्कृती ह्यांच्या गप्पा माराव्यात, 'नातिचरामी' सारख्या शपथा लग्नाच्या मांडवात घाव्याच लागतात, त्याप्रमाणे त्या घ्याव्यात आणि होमाच्या धुराबरोबर वातावरणात सोडून द्याव्यात.'
'ते नाही रे मी विचारीत. पण वहिनी आहेत कुठे?'
'माहेरी, पुण्याला.'
'आणि ही केव्हा आली?'
'ही... ही आली एका पहाटे, गुलाबी स्वप्नासारखी! कशी अगदी साखरझोपेची गोडी वाढवीत आली. मला ते नेहमीसारखं स्वप्नच वाटलं.'
'नेहमीसारखं म्हणजे?'
माझ्याकडे स्वप्नाळू नजरेनं पहात चिमण म्हणाला, 'यार, कॅलेंडर पाहून घायाळ होणारा तू एकमेव पुरुष आहेस का? मी तर परमेश्वराची दररोज प्रार्थना करत होतो, की जगातील कोणतंही सौख्य आपल्याला नको, पण एकच- फक्त एकदाच ही कॅलेंडरमधली बाई जिवंत होऊ दे. ती कळवळून केलेली प्रार्थना परवा खरी झाली.'
'परवा केव्हा?' नकळतच माझा आवाज घोगरा झाला.
'गुरूवारी पहाटे पाच वाजता. सौ. आदल्याच दिवशी पुण्याला गेली होती. आणि गुरूवारी पहाटे, चक्क मला आपलं कुणीतरी हलवून जागं करतंय्! डोळे किलकिले केले. पहातो तो ही बाई. म्हटलं, नेहमीसारखं स्वप्नच हे. नंतर कानावर सुंदर स्वर येऊ लागले- सनईचे. डोळे उघडले, तो आपलं शेजारीच ट्रॅन्झिस्टर! तेवढ्यात रातराणीचा सुगंध आला. मग सहज समोर नजर गेली. तर ते कॅलेंडरचं पान कोरं! एकदा वाटलं, बायकोनंच ते कॅलेंडर उलटं करून ठेवलं असेल. तेवढ्यात गोड आवाजात शब्द आले, 'उठा की, किती झोपायचं ते.'
'मग मात्र झोप उडालीच. ती तीच होती. तिचं ते भारी वस्त्र माझ्या अंगावर पडलं होतं आणि त्या वस्त्रापेक्षाही मुलायम स्पर्श मला सांगत होता, 'साक्षात अमृतकुंभ सन्निध आलाय्- अरसिकासारखा साखरझोपेत रंगू नकोस'-
'चिमण, चिम्या, चिमण्या, काय सांगतोस काय?'
'इट्स अ फॅक्ट!'

माझी जीभ टाळ्याला चिकटलीच. आवंढा गिळीत मी विचारलं, 'चिमण्या रागावू नकोस. एक विचारू? दोन दिवस काय केलंस रे?'
पुन्हा एकवार डोळे मिचकावीत चिमण म्हणाला, 'कोणत्याही जाणत्या पुरुषानं पुरुषाला असा नीरस प्रश्न विचारू नये. यू कॅन इमॅजिन. असा चेहरा टाकू नकोस. त्याचं काय होतं, की एखाद्या लावण्यवती, खुबसूरत पोरीचा विचार करताना आपण समजून चालतो की तिच्याशी जर आपलं लग्न झालं तरच तिचं कल्याण, आणि दुसऱ्या कुणी केलं रे केलं की लगेच तिचा चुथडा– करेक्ट? पण दोस्त, असं जरी वाटत असलं तरी जगातल्या प्रत्येक सुंदर स्त्रीचं कल्याण आपण कसं करू शकू? तेव्हा छोड दो यार, जलो मत! फार हाल करत नाही मी तिचे.'
चिमण बाहेरच्या खोलीत मला घेऊन गेला.
'हे रे काय चिमण, मला किती वेळ बाहेर बसवलंस?' ती लाडिकपणे म्हणाली.
'सो सॉरी माय स्वीट-हार्ट.' चिमण तेवढ्याच लाडिकपणे म्हणाला.
त्यानंतर आम्ही गप्पा मारल्या. पण मी काय काय बोललो हे मला आठवत नाही. कारण बोलताना, तिच्या डोळ्यांतल्या मिस्किल बाहुलीकडे पाहू का लाल चुटुक ओठांकडे पाहू; शुभ्र दंतपक्ती पाहू का गालाला पडणाऱ्या खळ्या पाहू– काही काही कळत नव्हतं. तिचं सगळं स्वरूप सामावून घेण्यासाठी, प्रत्येक मोहक हालचाल टिपण्यासाठी 'सहस्रनेत्र' व्हावं असं वाटत होतं!
त्यानंतरच्या चार रात्री आकाशातल्या चांदण्या मोजीत संपल्या.

आणि पुन्हा चिमण धावतपळत आला.
'दोस्त, गहजब झाला.'
'काय झालं?'
'अरे निराळं काय होणार? त्या दिवशी तुझ्या घरी आलो. नंतर अगदी राहवेना म्हणून हॉटेलात गेलो; तेही तिला तहान लागली म्हणून.'
'अरे, इथं पाणी पिऊनच निघालात की त्या दिवशी?'
'दोस्त, बाई ती बाईच. लग्नाची असो नाही तर कॅलेंडरवरची असो, तिला जरा बऱ्यापैकी हॉटेल दिसलं की तहान लागतेच. मग काय– गेलो आणि घोटाळा झाला! हॉटेलच्या दारातच मेव्हणे! नको तिथं आडवं येणं हा मेव्हणे-मंडळींचा धर्मच! तिला पाहून ते जरासे दचकलेच. कारण कॅलेंडर पळवण्याची भाषा त्यांनी पण अनेक वेळा बोलून दाखवली होती. मग काय? पुण्यापर्यंत बातमी पोचायला काय वेळ लागतो! अगदी पी.टी.आय. ची बातमी! बाईसाहेब एकदम हजर. त्याही केव्हा? तर पहाटे साडेपाचच्या सुमाराला!'
'माय् गॉड, मग काय केलंस?'

'काय करणार? ती माझ्या कुशीत झोपली होती. आम्ही दोघं निद्रावस्था आणि जागृतावस्थेच्या सीमारेषेवर होतो. कडी वाजण्याच्या पद्धतीवरूनच मी ओळखलं की दुर्गादेवी प्रसन्न! मग झोप उडाली. तिला जागी केली. ओढवलेल्या प्रसंगाची जाणीव करून दिली. ती मग विजेच्या वेगानं उठली व जशी कॅलेंडरमधून बाहेर आली तशीच परत जाऊन बसली. मी मग ऐटीत दार उघडलं व आनंद दर्शवीत म्हणालो,

'तू आणि आत्ता?'

'होय बाई, नाही करमलं पुण्यात.'

'–उत्तर देता देता तिनं शोधक नजरेनं सर्वत्र पाहिलं. संशोधनात तिला काहीच सापडलं नाही तेव्हा न राहवून तिनं विचारलं, हे काय? तुम्ही एकटेच?'

'अजब प्रश्न आहे बाईसाहेब. तूच मला सोडून गेल्यावर मी दुकटा कसा राहणार? मला काय दोन बायका आहेत?''

'दुसरी आणलीत असं ऐकलं.'

'म्हणून पुण्यात करमलं नाही तर!'

'अर्थात.'

'–तरी ती नाराजच होती. तिला शंका आली होती, पण काही सापडत नव्हतं. विचार करकरून ती रडकुंडीला आली. मी तिची खूप समजूत घातली. ती शांत झाली. पण कुठपर्यंत! कपड्याचं कपाट उघडीपर्यंत! तिनं कपाट उघडलं आणि अस्मादिकांना घाम फुटला.'

'का?'

'अरे का काय? कपाटात ती दोन हजार रुपयेवाली साडी तशीच होती.'

'असं कसं?'

'कसं म्हणजे? मी त्या बाईला सौ. चं घरातलं जुनं पातळ नेसण्यासाठी दिलं होतं. बायको अचानक आल्यावर ती गडबडीनं कॅलेंडरमध्ये जाऊन बसली ती त्याच जुन्या पातळासकट.' चिमणनं खुलासा केला.

'बरं मग?'

'मग काय! बायकोनं पातळ पाहिलं, ते उचललं तर पातळाच्या खाली रेडिओ ट्रॅन्झिस्टर सेट. तिनं ताबडतोब कॅलेंडर पाहिलं आणि मग विचारू नकोस! गेले दोन दिवस घरात संशयकल्लोळ, मानापमान, खडाष्टक, त्राटिका, ह्यांचेच प्रयोग चाललेत.'

'आणि शेवटी तू पळालास, म्हणजे 'घराबाहेर'चा प्रयोग का?'

'नाही रे, तशी ती प्रेमळ आहे. तिला एक ट्रॅन्झिस्टर मिळाला आणि ती दोन हजार रुपयेवाली साडी! बाईसाहेब खूष आहेत. अहोरात्र मैत्रिणींच्या गराड्यात आहेत. साडी पॅरीसहून मागवली म्हणून सांगतात आणि हा एकमेव आरोपी,

बचावाचा साक्षीदार म्हणून सहीसलामत सुटलाय.'

त्यानंतर पंधरा दिवसांनी चिमण पुन्हा हजर आणि हातात त्या अलौकिक कॅलेंडरची सुरळी!'

मी म्हणालो, 'बाबा रे माफ कर. माझ्या घरात ते कॅलेंडर नको. औटघटकेची मौजही नको. नंतर आम्हाला कुणी मुलगीही देणार नाही.'

'ऐक रे, हे कॅलेंडर निराळं आहे.'

चिमणनं कॅलेंडर उघडलं. टेरिलिनचा सूट घालून एक रुबाबदार पुरुष स्कूटरवर बसला होता.

'काय सालं कापड आहे रे? शंभर-दीडशे रुपये वार नक्कीच असेल नाही?' मी निरखून पाहात विचारलं.

'जास्तच, पण कमी नाही. हिंदुस्थानात मिळायचंदेखील नाही असं कापड. ती स्कूटर पण तिकडचीच आहे.' चिमण म्हणाला.

'बरं मग माझ्याकडे हे कॅलेंडर मध्येच कशाला आणलंस्?'

'मुद्दाम आणलं– आठ दिवस ठेव सांभाळून.'

'अरे पण का?'

'कारण, मी चाललोय आठ दिवस फिरतीवर– ऑफिसच्या कामासाठी! आणि म्हणूनच कॅलेंडर तुझ्या घरी ठेव. बायकोला मी बरोबर नेणार नाही. ती इथंच राहायची आहे. आणि– आणि...हे सुटाचं कापड कितीही भारी असलं, दुर्मिळ असलं; ही स्कूटरही कितीही आकर्षक असली तरी मला ती नकोय. कारण आपल्या संस्कृतीपेक्षा ह्या गोष्टी मोठ्या नाहीत. तुझं मत काय?'

मी नुसता हसलो!

□

पांढरा हत्ती तोही लोकांचा

	सोमवार	मंगळवार	बुधवार	गुरुवार	शुक्रवार	शनिवार
		१	२	३	४	५
६	७	८	९	१०	११	१२
१३	१४	१५	१६	१७	१८	१९
२०	२१	२२	२३	२४	२५	
२७	२८	२९	३०	३१		

ह्या जगात मित्रासाठी काहीही करावं, प्रसंगी जीव द्यावा, पण मित्राची गाडी आठ-दहा दिवस सांभाळायला आणू नये, असं मत दिनकर पांडेचं केवळ आठ दिवसांत झालं. फक्त आठ दिवसांत. लोकांनी त्याला सळो की पळो केलं. त्याला चौकशा करून करून बेजार केलं. नको ते सल्ले, दिनकरनं मागितले नसताना दिले आणि ह्या जगात, 'आपण सोडून सगळे हुशार'– असं दिनकरला आठ दिवसांत हजार वेळा वाटायला लावलं! आणि हे सगळं का? तर बाहेरगावी, आठच दिवसांसाठी जाणाऱ्या त्याच्या मित्राला तो म्हणाला,

'मोटारीची काळजी करू नकोस. आमच्या कंपनीत ठेवायची मी व्यवस्था करीन. गॅरेज रिकामं असतं, कंपनीचा गुरखा असतो– त्याला एक दोन रुपये टिकवले की झालं. तू ठेव आणून. गावाहून आलास की घेऊन जा.'

–आणि तो मित्र दिनकरच्या कंपनीत गाडी ठेवून गेला. पहिल्या दिवशी संध्याकाळी कंपनी सोडताना दिनकर गुरख्याला एक रुपया देत म्हणाला,

'गाडीपे ध्यान रखना.'

–सलाम ठोकीत गुरख्यानं विचारलं, 'गाडी आपने लिया क्या?' – त्याला कुठं सगळं सांगत बसायचं म्हणून दिनकर गुळमुळीतपणे म्हणाला,

'हां!'

–आणि ह्या 'हां' मधूनच 'हां-हां म्हणता रामायण घडलं!

–दुसऱ्या दिवशी दिनकर कंपनीत आला आणि पंधरा ते वीस मिनिटांच्या आतच त्याच्याभोवती मित्रांचा गराडा पडला.

'अभिनंदन!' एकजण.

'कशाबद्दल?' दिनकरनं विचारलं.

'ते मग सांगतो.' दुसरा.

'लेका सांगतो काय? त्याला माहीत आहे कसलं अभिनंदन ते.' तिसरा.

'मग काय पांडे, चहा मागवू?' चौथा.

'नॉन्सेस. चहा काय नुसता? जेवण हवं.'

'माग.' पहिला.

'अरे बाबा पण, कशाबद्दल?' गोंधळलेल्या अवस्थेत दिनकर.

'चूप रे पांड्या. उगीच कोंबडं लपवण्यात आता अर्थ नाही. मग काय गोखले, जेवण हवं नाही?'

'आपण काय, चहावरही समाधानी आहोत.'

'तुमच्या समाधानाचा सवाल नाही गोखले, पांडेंच्या प्रेस्टिजचा प्रश्न आहे. जेवण देण्याची त्याची इच्छा व ऐपत असताना, आपण नुसता चहा मागणं, हा पांडेचा इन्सल्ट आहे. त्याचा व त्याच्या मोटारीचाही.'

–इथं दिनकरला प्रथम बोध झाला व तो मोठ्यांदा हसला.

'पांडे, नुसतं हसण्यावारी न्यायचं नाही, पार्टीचं बोला.'

'बाबांनो, तुमचा गैरसमज झाला आहे. ती गाडी...'

'आम्हाला माहीत आहे, तू मित्राची गाडी आहे म्हणून सांगणार आहेस ते. पण ह्या थापा इतरांना मारा, आम्ही असे बनणार नाही.'

'अरे बाबा, खरं सांगतो...'

'ते तू सांगायची गरज नाही. तुझ्यापेक्षा आमचा गुरख्यावर जास्त विश्वास आहे.'

'आता काय सांगू...'

'पण नकोच ना सांगूस; तुला विचारतो कोण? गुरख्याचं एकवेळ सोडून दे. पण दोन महिन्यांपूर्वी तू ऑफिसकडे 'लोन' मागितलंस, तेव्हाच मी विचारलं, 'काय मोटार वगैरे घेणार का?'–तेव्हा तू म्हणालास, 'बघालच काय ते! आठवतं ना?'–

दिनकर गप्प बसला. दोन महिन्यांपूर्वी त्यानं तसं मोघम उत्तर एवढ्यासाठी दिलं होतं, की नंतरची संभाव्य प्रश्नांची मालिका थांबवावी. पण ते संदिग्ध उत्तर आता त्याच्यावर उलटलं होतं.

'बघ गप्प बसला की नाही. बरं असू दे. मग काय पांड्या, पार्टी कधी?'

'अरे पण माझी मोटार नसताना.'

'यार पार्टी नसेल द्यायची तर नको देऊस, पण मोटार मालकीची असताना मित्राची म्हणू नकोस.'

'करेक्ट, करेक्ट! दोघंतिघं एकदम म्हणाले.

आणि 'मोटार दिनकरचीच' असा समज पक्का करीत ते सगळे आपापल्या खात्यात गेले.

दुपारी सर्वांचा एकत्र जेवणाचा कार्यक्रम व्हायचा, पण उगीचच पुन्हा गाडीचा

विषय निघणार, म्हणून तो कॅन्टिनमध्ये गेलाच नाही. नेहमीची जेवणाची वेळ टाळून तो अर्धा-पाऊण तास उशीरा गेला, पण त्याचं दैव असं की नेमका गोखले जास्त मागे राहिला होता. त्या सर्वांत गोखले जास्त समंजस व अल्पसंतुष्ट होता. त्याला अगदी निक्षून व नम्रपणे, 'मोटार माझी नाही' असं सांगण्याचं पांडेनं ठरवलं. त्यानं गोखल्यासाठी 'चहा' मागवला आणि त्या चहाच्या कपानेच घात केला. चहाचा घोट घोट घेता घेता गोखले म्हणाला,

'मला असं एखाद्याला उगीच कापायला आवडत नाही. दिवस कठीण आले आहेत. एखादी वस्तू कुणी हौसेनं घेतली तरी ती वस्तू घेताना किती कष्ट पडतात, ह्याची जाणीव ठेवली पाहिजे प्रत्येकानं.'

'नाही पण गोखले–'

पण गोखले मधेच म्हणाले, 'एखादा कप चहा मागणं निराळं आणि जेवण मागणं निराळं! 'जेवण' इज् टू मच् .'

'गो–'

'आणि परत असं की आम्हाला जेवण मागण्याचा काय हो अधिकार? केवळ मैत्री म्हणून? – 'टू मच' आहे. परवा त्या तिरपुडेचं लग्न झालं, ह्या चोरांनी असंच जेवण उपटलं. अरे लग्न म्हणजे काय आनंदाची बाब आहे?– इट्स अ लायबेलिटी. तसंच मोटारीचंही.'

'गोखले पण–'

'नाही म्हणजे मोटारीत कंफर्ट नाही असं नाही, पण सध्याच्या दिवसांत तीही लायेबिलिटीच. पण एनी हाऊ, अभिनंदन.'

पांडेला वाटलं, झक् मारली न् चहा पाजला. अगदी काकुळतीच्या स्वरात तो म्हणाला,

'गोखले...'

'डोण्ट वरी. मला तुम्ही मोटारचा चहा दिलात म्हणून सांगणार नाही मी. तुम्हाला आपला प्रेमाचा एकच सल्ला देतो, ड्रायव्हिंगवर कमांड आल्याशिवाय ड्राईव्ह करू नका. ड्रायव्हर ठेवा. प्रथम परवडणार नाही, पण सेफ्टी फर्स्ट, नाही का? म्हणजे आपलं रस्त्यावरच्या माणसांच्या दृष्टिकोनातून सांगतो.' गोखल्यांनी विनोद पण केला. 'गोखले ऐकून घ्या...'

'काय ऐकायचं, गाडी तुमची नाही, तुमच्या मित्राची आहे असंच सांगायचं ना? दॅट आय वुइल डू.'

गोखले जाता जाता म्हणाले आणि दिनकरनं कपाळाला हात लावला.

त्याच, म्हणजे पहिल्याच दिवशी संध्याकाळची गोष्ट. कंपनी सुटली. सर्व मित्रांबरोबर

बाहेर पडत असताना दिनकरनं गॅरेजकडे नजर टाकली. पाहतो तो गॅरेजचं एक दार उघडं आणि दोन-तीन मुलं मोटारीवर दगडाने रेषा काढताहेत. दिनकर त्या मुलांच्या अंगावर धावून गेला. ती पोरं पळाली. पलीकडून गुरखाही आला. त्याला दिनकरनं तोडक्यामोडक्या हिंदीत दम भरला. तोवर मित्रमंडळीत चर्चा सुरू झाली.

'पाहिलंत गोखले, मित्राची गाडी असती तर कुणी पर्वा केली असती का एवढी? स्वत:ची वस्तू असली की जिव्हाळा असतो.'

गोखले गप्प होते. तेवढ्यात बोडस म्हणाले, 'गोखले काय बिशाद बोलतील आता. त्यांना पांडेनं गुपचूप चहा पाजलाय्.'

'कधी?'

'दुपारीच. आपला लंच झाल्यावर. गोखले आणि पांडे दोघंच गेले होते.'

'आम्ही बरोबर गेलो नाही. नो ॲलिगेशन्स. मी तिथेच होतो.'

'असाल हो, पण चहा पांडेनं पाजला ही तर खरी गोष्ट आहे ना?'

तेवढ्यात दिनकर परत येत म्हणाला,

'हो पाजला, पण तो मोटारीचा नाही.'

पण सर्वांचे चेहरे निर्विकार होते.

'पांड्या लेका भिऊ नकोस. आम्ही कधीही तुझ्या गाडीतून लिफ्ट मागणार नाही, तेव्हा आमच्यासमोर मोटारीतून कसं जायचं ह्याची फिकीर करू नकोस. तू काढ गाडी.' एकजण.

'नाही म्हणजे इन् द इंटरेस्ट ऑफ द कार, सांगतो. तुझी गाडी रस्त्यावर जेवढी सेफ राहील तेवढी इथं गुरखा असून राहायची नाही.'

–दिनकर आता मात्र चमकला.

'खरं सांगतोस?'

'खोटं की काय मग? आपल्या कंपनीच्या मागेच रोजची भट्टी लागते. एखाद्या रात्री चारी चाकं काढतील आणि लाकडाच्या ठोकळ्यावर ठेवतील गाडी आणि जातील.' काटकर म्हणाला.

–दिनकर चालता चालता उभाच राहिला आणि म्हणाला,

'अरे पण गुरखा...'

'गुरखा?– अरे गुरखाच विकेल त्यांना, आणि तुला सांगेल उद्या, साब, दसबारा आदमी इकट्ठे आ गये, हम अकेला क्या करेगा?'

दिनकरच्या पायांतलं त्राणच गेलं.

'तू साहेबांना सांगितलंस का?'

'नाही...'

'मग चल परत. साहेबांना सांग. तुला भीती वाटत असेल तर मी बोलतो. साहेबांनी गुरख्याला सांगितलं तर तो लक्ष ठेवील नीट; तुझं काय ऐकतोय तो?'
'वा, त्याला कालच रुपया दिला मी.'
'त्याबद्दल तो तुला महिनाभर सलाम करील. गाडी सांभाळील असं नाही. मघाशी कुठे त्याचं त्या मुलांकडे लक्ष होतं?'
दिनकर मुकाट्यानं परत फिरला. काटकर आणि दिनकर साहेबांच्या केबिनमधे गेले. त्यांच्याकडे न बघताच साहेब म्हणाले,
'रजा मिळायची नाही.'
'साहेब, रजेसाठी नाही– दुसरंच काम होतं.'
पुन्हा वर न बघता साहेब म्हणाले,
'थोडक्यात आटपा, बोला.'
'साहेब, आपल्या ह्या पांड्यांनी नुकतीच गाडी घेतलीय...' दिनकरनं काटकरच्या पायावर पाय दिला. काटकर म्हणाले, 'पांडे, नाऊ डोण्ट हाइड् हं.'
गाडी हा साहेबांचा वीक पॉइण्ट. वीक पॉइण्ट म्हणा किंवा फेव्हरेट सबजेक्ट म्हणा. त्यांनी एकदम दोघांना बसायला सांगितलं. हातातली फाइल बाजूला फेकीत साहेब म्हणाले,
'ती खाली आहे तीच ना?– मॉरीस?'
'हो, पण साहेब ती गाडी माझी नाही.' दिनकर म्हणाला. साहेबांनी चमकून काटकरांकडे पाहिलं.
काटकर म्हणाले, 'साहेब, तसं हा सांगतो सगळ्यांना.'
साहेब म्हणाले,
'दॅट्स अ करेक्ट थिंग ही इज् डुइंग. मी सुद्धा प्रथम असंच करत होतो. मिस्टर पांडे, रुबाब दाखवण्यासाठी तुम्हाला सांगावंसं वाटेल, की गाडी माझीच आहे म्हणून. पण, डोण्ट डू इट्. मित्राचीच आहे म्हणून सांगत जा. नाहीतर लिफ्ट मागून मित्र तुम्हाला हैराण करतील. अहो, गाडी वापरायला मागणारे लोकही ह्या जगात आहेत. तुम्हाला येईलच आता अनुभव. कितीला घेतली?'
–आता काय सांगणार कपाळ?
–पण दिनकरला किंमत ऐकून माहीत होती. त्यानं आकडा सांगितला.
'चांगली मिळाली. फिफ्टीसेव्हनचं मॉडेल ना?'
'हो.'
–साहेबावर वजन पाडायचं म्हणून काटकर म्हणाला,
'साहेब, मॉरीसचे स्पेअर पार्ट्स मिळतात का पण?'
–साहेबांनी ड्रॉवरमधून एक व्हिजिटिंग कार्ड काढलं व दिनकरला दिलं. 'ह्या

गॅरेजवर जात जा. माझं नाव सांगा. आणि मि. पांडे, खरं म्हणजे गाडी घेण्यापूर्वी, यू शुड् हॅव कन्सल्टेड मी. मला माझी गाडी काढायची होती. इट् इज इन अ फर्स्टक्लास कण्डिशन. तुम्हाला कधीच तकलीफ नसती दिली तिनं. एनी हाऊ तुमचं काय काम होतं?'

'विशेष काही नाही. गाडी इथं कंपनीत ठेवायची होती. आठ दिवसांसाठी.'

'ऑल राईट, मी सांगतो गुरख्याला.'

'थँक यू सर... यू हॅव ओब्लाईज्ड मी.'

'छे, छे–'

'तसं कसं साहेब?– मला फार काळजी होती. आजच पोरांनी दगडांनी चरे पाडून गाडीची वाट लावलीय.'

'अरे पण, मला का बोललात– थांबा आता. आपण असं करू. मी माझी गाडी ठेवतो घरीच, आणि तुम्हाला माझं गॅरेज देतो काही दिवस. त्याला व्यवस्थित सोय आहे. कार वुईल बी अंडर लॉक अँड की.'

–बोलता बोलता साहेब उठलेच. तिघेजण खाली आले. साहेबांनी गॅरेज उघडून आपली गाडी बाहेर काढली व दिनकरला म्हणाले,

'ठेवा तुमची गाडी आत.'

'साहेब, ड्रायव्हिंग नाही येत मला.'

'अरे मग, इथपर्यंत कसे आलात?'

'साहेब मी आलोच नाही, कारण गाडी...'

'दॅट्स ऑल राईट. पण ड्रायव्हिंग शिका लवकर. आपली गाडी एकहाती आणि आपल्या हाती असावी. ड्रायव्हिंग शिका. गाडी काय? आज आहे, उद्या जाईलही. पण गाडी गेली तरी ड्रायव्हिंग राहील, करेक्ट? किल्ल्या द्या.'

–दिनकरला मुकाट्यानं किल्ल्या द्याव्याच लागल्या.

साहेबांनी गाडी गॅरेजमधून बाहेर काढली आणि लगेच स्वत:च्या गॅरेजमधे ठेवलीही. त्यांची ती गाडी चालविण्याची पद्धत पाहून दिनकरला सर्कसमधे 'मोटार-जम्प' करून दाखवणारा माणूस जशी गाडी चालवतो त्याची आठवण झाली. गुरख्याने गॅरेजला कुलूप लावून किल्ली साहेबांकडे दिली. साहेबांनी ती दिनकरपुढे केली.

–त्यानंतर साहेबांनी दिनकरला व काटकरला घरापर्यंत स्वत:च्या गाडीतून 'लिफ्ट' दिली, पण अख्ख्या प्रवासात साहेब सतत पंचवीस मिनिटं त्यांची गाडी– त्यांचं ड्रायव्हिंग'– गाडी 'मायलेज' किती देते– माणसं लिफ्ट मागण्यासाठी कसं वागतात, त्यांना आपण कसे चुकवतो– वगैरे पुराण ऐकवत होते. गाडीतून उतरल्याबरोबर दिनकर काटकरला म्हणाला,

'साला, हा साहेब मेकॅनिकच का नाही रे झाला? जस्ट इमॅजिन. खाकी लांडी

चड्डी, काळा पडलेला गंजिफ्रॉक– ह्या वेषात कसा दिसेल रे?'
'इमॅजिन करायची गरजच नाही.' काटकर म्हणाला.
'डोकं पिकवलं पंचवीस मिनिटं, उगीच 'हो ला हो' करावं लागत होतं.'
'तुझं काम केलं की नाही पण?'
'हो बाबा, एक विवंचना सुटली. पण तू साहेबांना माझी गाडी म्हणून का सांगितलंस? मित्राची गाडी आहे यावर नाही विश्वास बसत?'
'आता पुरे ना तो विषय, पाहिजे तर नको देऊस पार्टी, पण आता साहेबांनी कानमंत्र दिल्याप्रमाणे आम्हाला मित्राची गाडी म्हणून सांगू नकोस. आमचा विश्वास नव्हताच बसला, माझी खात्रीच झाली आणि आता साहेबांचं मोटरचं बारीक-सारीक सगळं वर्णन तुला समजत होतं ते काय उगीच?'
–दिनकर गप्प बसला.

दुसऱ्या दिवशी ऑफिसात येताच साहेबांकडून दिनकरला आमंत्रण आलं. मागच्याच टेबलावरून एक टोमणा भिरभिरत आला–
'गाडीवाला आहे तो आता. त्याची उठबस मोठ्या लोकांतच व्हायची आता.'
'पांडे जरा किल्ल्या द्या. एक अपॉईण्टमेंट आहे. माझी गाडी घरीच आहे, तेव्हा...' दिनकरला झक्कत म्हणावं लागलं, 'वा वा घ्या ना...'
'तुम्ही चला, हवं तर बरोबर.'
'छे, छे– आपण जाऊ शकता. पण साहेब, एक सांगू का?'
'बोला.'
'गाडी माझी नाही, मित्राची आहे.'
'पांडे ही गोष्ट मित्रांना सांगायची असं ठरलंय्, साहेबाला नाही. एनी हाऊ तुमची एक गोष्ट मात्र चुकली. मोठी चूक. टेकनिकल् मिस्टेक!'
दिनकरनं भीत भीत विचारलं, 'काय झालं?'
'तुम्ही लोनसाठी अर्ज केलात, त्यात कारण लिहिलं होतंत् 'घर दुरुस्त करायला कर्ज हवं म्हणून'– आता ते पैसे गाडीत गुंतवलेत, आणि गाडीसारखी गोष्ट लपून राहाणारी नाही. कुणीतरी रिपोर्ट केला तर भानगड होईल. पण जाऊ दे. डोण्ट वरी. मी त्या रिपोर्टला बास्केट दाखवीन.'
–आणि दिनकरकडे न बघता साहेब निघून गेले. आपल्या जागेवर येता येता दिनकर मनाशी म्हणाला, 'तरी मी सद्याला म्हणालो की माझ्याजवळ किल्ल्या कशाला?– तर म्हणाला, माझ्या हातून प्रवासात हरवतील. आणि पुढे त्याने विनोद केला होता, तुला ड्रायव्हिंग नाहीच येत. तेव्हा तुला किल्ल्या देण्यात धोका नाही.'

‘अरे पण गाडीच घेऊन का नाही जात?’– सद्या त्यावर म्हणाला होता,
‘नुकतीच रिपेअर केली आहे. काही इंपोर्टेड-ओरिजिनल पार्ट्स मिळाले, ते टाकलेत, गावचे रस्ते फार खराब आहेत, म्हणून गाडी नेत नाही. नवीन टाकलेले शॉक ॲबसॉर्बर्स खराब होतील.’
–दिनकर विचारमग्न होऊन बसला आणि काटकर मोठ्यांदा म्हणाला,
‘पांडेसाहेब, चेहरा टाकू नका असा. आता ही देवाणघेवाण चालायचीच. म्हणजे तुम्ही साहेबांची गाडी मागू शकणार नाही. पण साहेब तुमची मागतील. म्हणून तर शहाण्या माणसानं ऑफिसात असल्या गोष्टी आणू नयेत. पण तुम्हाला तर साहेबांवरच वजन मारायचं होतं ना?’
–दिनकरला वाटलं, ते ‘वजन’ सोडा पण आत्ता ह्या काटकरला कागदावर ठेवलेलं काचेचं वजन फेकून मारावं.
–साहेब दोन तासांनी परतले ते टॅक्सीनं. त्यांनी दिनकरला बोलावून घेतलं व ते म्हणाले,
‘गाडीनं रडवलं तुमच्या.’
‘का?’
‘आता का?– काय काय सांगू? स्टार्टिंग ट्रबल. स्प्रिंगचं टेन्शन गेलंय. मधून मधून व्हॉवल होते. बुशिंग पण गेलं असेल. ब्रेक लाईनरमधे पाणीही गेलं आहे. मुख्य म्हणजे शॉक ॲबसॉर्बर्स गेलेत. अशा कंडिशनमधल्या गाडीचा काही भरवसाच नाही मि. पांडे. एक वेळ बायको कंडिशनमधे नसली तर चालेल, पण गाडी हवीच. नाही तर जिवावरच उठते ती आपल्या. व्हेईकल मस्ट बी इन कंडिशन.’
दिनकरनं भीत भीत विचारलं,
‘गाडी कुठाय आता?’
‘मी आलो गॅरेजला टाकून. अरे अशी गाडी आपण हातात नाही धरत. तुम्हाला गॅरेजवरून फोन करून विचारणार होतो, पण म्हटलं जाऊ दे. तुमचं मी नुकसान थोडंच करतोय? मेकॅनिकला सगळं बदलायला सांगितलंय.’
‘पण साहेब, नुकतेच पार्ट्स टाकले होते नवे, इम्पोर्टेड!’
‘तुमच्या मेकॅनिकने तुम्हाला शुद्ध बनवलं आहे. असंच असतं. पांडे, म्हणूनच आपल्याला सगळं माहिती हवं. संध्याकाळी चला माझ्याबरोबर गॅरेजवर. तुम्हाला दाखवतो सगळं. प्रत्येक पार्टची माहिती देतो. गाडी त्याने खोलली असेलच तोपर्यंत.’
–दिनकर परत जागेवर आला आणि हवा गेलेल्या टायरसारखा खुर्चीत गच्च बसून राहिला. दिवसभर तो कुणाशीच बोलला नाही. आजूबाजूच्या लोकांचे

टोमणे ऐकत त्याने दिवस घालवला.

संध्याकाळी साहेबांनी टॅक्सी केली, आणि सर्वांसमोर दिनकरला हाक मारीत ते म्हणाले, 'पांडे चला–' मित्रांच्या आपापसांत होणाऱ्या खाणाखुणांकडे पहात दिनकर पटकन टॅक्सीत बसला. सुमारे वीस-पंचवीस मिनिटं टॅक्सी वेडीवाकडी धावत होती. साहेबांनी परत गाडीचं चऱ्हाट लावलं होतं. दिनकरला मेकॅनिकनं कसं व किती फसवलं होतं ते सांगत होते. 'गाडी लाभण्यापेक्षा मेकॅनिकच लाभावा लागतो.' असं ते शेवटी म्हणाले आणि मग एकाएकी 'ठैरो' म्हणून ओरडले.

–टॅक्सी थांबली.

समोर एक भलंमोठं आवार होतं. बाजूला एक पेट्रोल पंप होता. त्या आवारात निरनिराळ्या आकारांच्या, रंगाच्या मोटारी व त्यांचे नानाविध सुटे भाग इतस्तत: विखुरले होते. त्या जंजाळातून आपली मोटार शोधायची, म्हणजे मोर्चात आपला माणूस शोधण्याइतकंच अवघड काम होतं.

'ही तुमची गाडी पांडे.'

एखाद्या माणसाचा एक्स-रे पहावा, किंवा खाटीकखान्यात सोललेला बकरा पहावा तशी गाडीची अवस्था झाली होती. कोणीतरी एक मोटारीखाली झोपून 'खाट-खुट' करीत होता. त्याच्या फक्त तंगड्याच मोटारीबाहेर आलेल्या होत्या. खाली वाकून, त्या पायाचा अंगठा पकडीत साहेब म्हणाले, 'कादर बाहेर आ.'

–कादर धडपडत बाहेर आला. आणि मग दोघांनी दिनकरवर भडिमार केला. त्याला तीन-चार लोखंडाचे गंजलेले भाग दाखवून हेच ते तुमच्या गाडीतले खराब भाग म्हणून सांगितलं. दिनकर नुसता मान हलवीत राहिला.

–त्या रात्री दिनकरला झोप नाही. साहेब एवढा कारभार करील ह्याची त्याला कशी कल्पना असावी? साहेबाला विरोध कसा करायचा? आपल्याला गॅरेज हवं म्हणून साहेबानं त्याची गाडी घरी ठेवल्यावर त्याला गाडी द्यायला नको का?– सगळाच 'घेरा' पडला होता.

–दुसऱ्या दिवशी बसच्या रांगेत उभा राहिलेल्या दिनकरला इतरांनी पहाताच प्रश्नमाला सुरू झाली.

'काय पांडे? अरे त्या मोटारीची काय पूजा करताय का?'

'मेकॅनिककडे आहे.'

'अरे, लगेच बिघडली? चांगल्या एखाद्या जाणकाराकडून पाहून घ्यायचीत.'

–तेवढ्यात दुसरे एक तोंडओळख असलेले गृहस्थ, '–असं का शेवटी? तुम्ही मोटारवाल्यांनी आता मोटार सोडून बसवाल्यांची पंचाईत करता कामा नये. उलट जमेल तेवढ्यांना लिफ्ट देऊन रांगा कमी करायच्या. हा: हा: हा!'

–तर आणखीन चारपाच लोकांनी जाता जाता उगीचच, ‘आज बस? ते का?’ एवढाच प्रश्न विचारला.

–दिनकर ऑफिसात पोहोचतो तो एकजण म्हणाला,

‘अरे तुझी गाडी मी आत्ता कुलाब्याला पाहिली. झाली का रिपेअर?’’

‘मला माहीत नाही.’

‘अँ, तुझी गाडी आणि तुला माहीत नाही?’

–तेवढ्यात कुलकर्णी दिनकरच्या मदतीला आला. तो म्हणाला,

‘अहो हे मेकॅनिकचे धंदे. तुमची गाडी काहीही झालेलं नसताना ठेवून घेतात, दोनशे-तीनशे बिल करतात, एखाद्या मोठ्या पार्टचं नाव घेतात आणि आरामात तुमची गाडी चालवतात. तुम्ही बस, पायी, रेल्वेतून रखडता. आणि ते आख्खी मुंबई पालथी घालतात.’

–दिनकरला ह्यातलं फक्त ‘दोनशे-तीनशे रुपये बील करतात,’ एवढंच वाक्य ठसठशीतपणे ऐकू आलं आणि घुमटात त्याचे प्रतिध्वनी उमटत रहावेत तसं काही काळ त्याला तेच तेच वाक्य ऐकू येत राहिलं.

–दुपारी शेवटी त्यानं साहेबांना जाऊन विचारलं,

‘साहेब गाडी कधी येणार?’

पण ह्या प्रश्नाचं उत्तर द्यायच्या ऐवजी साहेब म्हणाले,

‘अशी सवय लागते एखाद्या गोष्टीची. धिस इज बॅड, अहो, आपण काय गाडीसकट जन्माला आलो काय?– गाडी असली तरी चालण्याची सवय ठेवलीच पाहिजे.’

–दिनकरला वाटलं, साहेबाच्या टेरिलिनच्या सुटावर समोरची टेबलावरची शाईची दौत उपडी करावी, आणि तो ओरडला तर विचारावं, ‘आपण काय सूट घालून जन्माला आला काय?’

‘येईल, येईल, दोन-तीन दिवसांत येईलच. मेकॅनिक इथं आणून देईल.’

‘अजून दोन-तीन दिवस?’

‘येस. त्याला जरा टच -अप् करायला सांगितली आहे. ह्या पोरांनी चरे पाडलेत ना त्या दिवशी? परत पहिल्यासारखी होईल पॉश!’

–ते मात्र दिनकरला पटलं. चरे पडलेले पाहून सद्या चिडलाच असता.

‘थँक्यू सर. पण सर...बिल...’

‘डोण्ट वरी. गॅरेज आपलंच आहे समजा. तुम्ही द्या सावकाश.’

‘किती होतील पण?’’

‘नॉट मोर दॅन टू हंड्रेड.’

–दिनकरच्या घशाला कोरड पडली. मशिन चालू केल्यावर एखादी डबलडेकर

बस जशी थरथरत राहते, तसा त्याच्या पायांना कंप सुटला. साहेबांनी ती अवस्था जाणली. ते म्हणाले,

'गाडी म्हणजे चेष्टा नाही बरं. सध्याच्या दिवसात इटस् ए व्हाइट एलिफंट. पण आता दोन-तीन वर्ष तुम्हाला बघावं लागणार नाही. तुम्ही असं करा, यू आस्क फॉर लोन. अहो, पहाताय काय? –सँक्शन मीच करणार. काय?'

'ऑलराईट सर.'

एवढे पैसे भरायचे म्हणजे लोनच काढायला हवं होतं. दिनकरने अर्ज केला. दोन-तीन दिवस होऊनही मेकॅनिकनं गाडी आणली नाही. साहेबही दोन-तीन दिवस ऑफिसला आले नाहीत. गॅरेजचा आणि साहेबाचा पत्ता दिनकरला माहीत नव्हता. आजूबाजूच्या लोकांनी तोवर त्याला हैराण केलं होतं.

'मोटार कुठाय?'

'साहेब कुठाय?'

'साहेबाची रजा किती दिवस आहे?'

'तुला सगळं माहीत असेलच म्हणा. तू आता साहेबाचा पी.ए.'

दिनकर शंभरदा सांगायचा, 'मला माहीत नाही.' आणि ह्यावर कुणी विश्वास ठेवत नव्हता.

शेवटी दिनकरनं अर्धा दिवस रजा घेतली तरी हेडक्लार्क जोशी नाकात तपकीर कोंबता कोंबता खवचटपणे म्हणालाच,

'तुम्हाला अर्ज करायची काय हो गरज? तुम्ही तसेच जाऊ शकता.'

दोन तास पायपीट करून दिनकरनं गॅरेज शोधून काढलं. त्याच्याकडे कुणीच लक्ष दिलं नाही. त्या दिवशी मोटारखाली झोपलेला कादर कुणाशी तरी बोलत होता जवळ येऊन उभ्या राहिलेल्या दिनकरकडे त्यानं पाहिलंही नाही.

'ये गाडी किसकी है?'–

'यह अपना मोझेस है ना उसकी.'

'कहां है मोझेस?'

'वो क्या पेंटिंग करता है.'

'किसकी गाडी है वो?'

'अरे है कोई पांडे नाम का. अपना मोझेस है ना, उसने कस्टमर लाया है.'

कादरचं हे वाक्य ऐकताच तो समोरचा माणूस म्हणाला,

'मोझेसने कस्टमर लाया? वो तो मर गया बिचारा, मांडे.'

'अरे भाई मांडे नही पांडे.'

'जो कोई होगा वो, लेकिन मर गया.'

'बिलकूल सही, अरे क्या गाडी थी पांडे की. सब पार्ट इम्पोर्टेड! शॉक ॲबसॉर्बर्स

तो एकदम न्यू. ग्रॅण्ड न्यू. सिर्फ दो-चार स्क्रॅचेस थे गाडीके उपर. मोझेसने सब पार्ट निकाल दिया और अपने गाडीको बिठा दिया.'

'अरे साला चारसोबीस है, बुलाव जरा उनको!'

कादरनं 'मोझेस-मोझेस' म्हणून हाका मारल्या, आणि दिनकरचं साहेबाला लांड्या खाकी चड्डीत व काळ्या मिचकूट गंजिफ्रॉकमध्ये पहाण्याचं स्वप्न पुरं झालं.

□

टाईट पँट

	सोमवार	मंगळवार	बुधवार	गुरुवार	शुक्रवार	शनिवार
		१	२	३	४	५
६	७	८	९	१०	११	१२
१३	१४	१५	१६	१७	१८	१९
२०	२१	२२	२३	२४	२५	
२७	२८	२९	३०	३१		

अस्मादिकांचं लग्न जमलं ते टाईट पँटमुळे! बिलिव्ह मी. आता खरं तर कुणाचं लग्न कसं जमतं तर कुणाचं लग्न कसं?–त्याला काही साला हिशोब नाही. एखादीचा रुमाल मुद्दाम पळवायचा, मग तिला तो 'सापडला' असं सांगून परत करायचा; तेवढ्या निमित्तानं बोलणं सुरू करायचं आणि मग आवळा देऊन कोहळा काढतात त्याप्रमाणं रुमाल देऊन चक्क पोरगी गटवायची. (त्यात पुन्हा तो रुमाल आलाच!) –सालं हे असलं भारूड आपल्याला जमत नाही.

खरं तर आम्हाला कोणतंच भारूड आजवर जमलं नाही. पण साले ग्रहच असले की, सगळं त्या त्या वेळी जमून जातं. मित्र आम्हाला अजून छळतात. चार-चौघांत म्हणतात, 'साल्या, चौबळचं भारूड तू गटवलंस.' ह्यांची भाषा देखील काय? तर 'पोरीला' हे भारूड म्हणणार– आता असला शब्द कुणाच्या टाळक्यातून निघाला? आमच्या चिपळ्याच्या.

चिपळ्याच्या म्हणजे गजा चिपळूणकर.

होय. शुद्ध विष्णुशास्त्री चिपळूणकरांच्या घराण्यातला हा पुरुष! ज्यांना मराठी भाषेचे शिवाजी म्हणतात, त्यांच्याच घराण्यातला हा 'वेडा शिवाजी' शिवाजी कोणताही असो. त्याला सध्या काही चांगले दिवस नाहीत एवढं खरं!– त्या काळात मुसलमानांनी त्याचा जेवढा पिच्छा पुरवला नसेल, तेवढा हे साहित्यिक सध्या त्याला सळो की पळो करताहेत.

ते काहीही असो.

पोरींना 'भारूड' हा शब्द नक्कीच चांगला नाही. परत मला आपले छळतात, की चौबळचं भारूड मी गटवलं म्हणून. त्यांना एकदा सांगणार आहे, की प्रेमात आणि युद्धात सगळं क्षम्य असतं.

पण सालं हे बोलायची सोय नाही.

म्हणजे मग ते सगळे म्हणणार की क्षम्य मानावं असं मी काहीतरी केलं. तसे ते माझ्यावर टपलेले आहेत. कुठं तरी मनातून ते माझ्यावर जळतात. मोहिनीसारखी

पोरगी मला सुखासुखी मिळाली हे त्यांना कसं रुचावं?

आम्हाला क्रिकेटमध्ये गम्य नाही. क्रिकेटची मॅच अर्धीच पाहून आलेला कुणी एक तो सरदारजी, त्याचं म्हणणं आपल्याला पूर्ण पटतं. दोनचार ओव्हर्स पाहूनच तो बाहेर आला आणि दुसऱ्याला म्हणाला, 'एकदा समजलं, की चेंडू टाकला की तो बॅटवाला फटकारतो. मग पुन्हा:पुन्हा त्यालाच का टाकायचा चेंडू?'

एकूण स्पोर्ट्स म्हणजे आपल्याला काहीतरी भकासच वाटतं.

वर्गात चमकणं ह्यातही काही गम्य नाही.

गॅदरिंग, नाटक हे प्रकार साले एकदम बोगस.

वक्तृत्व हंबग.

पोहणं वगैरे फालतू.

लेखन वगैरे रिकामटेकडेपणा.

काव्य म्हणजे मूर्खपणा. व्यायाम म्हणजे वेळेचा अपव्यय.

यच्चयावत् चांगल्या गोष्टींबद्दल आपलं हे असलं मत. मग पोरींनी आमच्यावर का भाळावं?

आपल्याला रूप मात्र एकदम देखणं लाभलंय!

पण ती परमेश्वरांच्या अनेक चुकांपैकी एक चूक. परमेश्वराची ती चूक मात्र पोरी वारंवार, वळवळून पाहतात. आमच्या रूपावर त्या भाळतात. पण तसं भाळणं वगैरे हे हे प्रकार टुकारच. त्यात काही अर्थ नाही. शंभर पोरी तुमच्यावर भाळल्या तरी साला काय उपयोग? जनानखान्याचे दिवस संपले. केव्हातरी लग्नात अडकायचं आणि ते करंदीकर की बापट, का ते दाढीवाले पाडगावकर आहेत त्यांची ती कविता म्हणत बसायचं. तसं काव्य म्हणजे मूर्खपणाच. पण ती वेळ बरी होती–

सकाळपासून रात्रीपर्यंत
सारे काही तेच तेच.
तोच पलंग, तीच नारी
सतार नव्हे, एकतारी...!

थोडक्यात काय? –तर अनेक पोरी भाळून काही उपयोग नाही. शेवटी लग्न एकीशीच.

अर्थात दु:खं त्याचं नाही. लग्न झाल्यावर पण इतर पोरी आवडत राहातात, हे दु:ख. आता जिथं लग्नानंतर पण अवांतर पोरी आवडतात तिथं लग्नापूर्वी विचारूच नका. प्रत्येक भारूड आवडून जायचं.

आता मोहिनीवर आमचं लक्ष होतंच. पण आम्ही जाणून होतो की तिच्या यादीत आपण शेवटचेच. ह्या जन्मी नंबर लावला तर सातव्या आठव्या जन्मी काम

व्हायचं. त्यातून आमचा आवाका आम्ही जाणून होतो.
यच्चयावत् चांगल्या गोष्टींबद्दल आम्हाला काय वाटतं ते आम्ही मघाशीच सांगितलं. तेव्हा, तिच्यासाठी इतर कसे मरतात हेच पहाण्यात बडा मजा था ।
अशा तऱ्हेनं मरणाऱ्यांपैकी रमाकांत चौबळ.
पण त्यानं बाजी शेवटी जिंकली. जिंकली म्हणजे काय? तर त्याच्या प्रेमाला तिनं–मोहिनीनं– प्रतिसाद दिला आणि थोडक्यात नाखुषीनं का होईना, पण मोहिनीच्या पिताजींनी, म्हणजे दादासाहेबांनी त्यांच्या प्रेमावर ऑफिशिअल शिक्कामोर्तब केलं. आता असं असूनही मोहिनीचा लाभ कसा झाला हे तुम्हाला सांगायचंय. सुरुवातीला मी म्हणालोच, की माझं लग्न जमलं ते टाईट पँटमुळे. मी हे सांगताच, तुमच्या नजरेसमोर सध्या मोकाट सुटलेले, निमुळत्या पँटचे, पुंगळीवीर आले असणार!– त्यांच्यापैकीच मी एक असणार असं गृहीत धरून स्वत:च्या कल्पनेनं तुम्ही माझं चित्र पण रंगवलं असणार. पण कल्पना आणि वास्तवता ह्यांत किती अंतर असतं? थांबा-थांबा. घाईघाईनं 'जमीन-अस्मानाइतकं' – असं उत्तर देऊ नका. कारण खरं अंतर आहे फक्त पाच इंचच! टाईट पँटचा बॉटम जर बारा इंच असेल, तर सध्या सभ्य पँटचा बॉटम सतरा इंच असतो.
यस् ! मला स्वत:ला ती पुंगळीसारखी पँट मुळीच आवडत नाही. टाईट कपडे मला मुळातच कधी साले आवडले नाहीत. मग तसले कपडे वापरणारे कोणीही असोत. पुरुष किंवा बाई पण. आता मोहिनीसुद्धा ज्या दिवशी कॉलेजात टाईट स्लॅक घालून आली त्या दिवशी मी जाम तापलो. मी चिपळ्याला जेव्हा म्हणालो, 'साली, हिला पण झाली का लागण?'
पण माझा तो वैताग दूरच राहिला. 'लागण' शब्दावरून त्या साल्याचे जोक्स सुरू झाले.
जाऊ दे.
मी सांगत होतो, टाईट पँटमुळे माझं लग्न कसं जमलं ते. टाईट पँट वापरली रमाकांत चौबळनं आणि लग्न जमलं माझं!–तुम्हाला आता हे पण खोटं वाटणार. जिंदगीत तुम्ही लेको कधी कुणावर विश्वास ठेवलात का? पण पुन्हा सांगतो की खरं आणि काल्पनिक ह्यांत...
आमच्या ह्या रमाकांत चौबळनं शिवली टाईट पँट. टाईट पँटचा विषय आमच्या कंपूत निघताच, चौबळानं, तसलीच पँट शिवायचा आपला मनसुबा जाहीर केला. मी त्याला लगेच प्रश्न विचारला, 'तू पँट जेव्हा चढवशील तेव्हा काही प्रॉब्लेम नाही. पण पँट काढताना तुला रोज, प्रत्येक वेळी शिंपी कसा भेटणार?'
'का?'
'कारण गुडघ्याखाली पँट ओढायला दुसरा माणूस लागतो किंवा उसवून काढायला

शिंपी लागतो.'
'चल, चल, इडली नको फेकूस.' चौबळ म्हणाला.
काय साली आमची पिढी. तो शेले का कुणी जर्मन (का फ्रेंच?) कवी शाकुंतल डोक्यावर घेऊन नाचला होता असं सांगतात. त्या संस्कृतच्या खांद्यावर उभी राहिलेली मराठी मायबोली, पण आमच्या पिढीनं त्या या भाषेचं काय करायचं ठरवलं आहे, काही कळत नाही. आता एखादी गोष्ट खोटी वाटली तर जास्तीत जास्त 'थापा मारू नकोस'– असं आपण म्हणतो. त्यानंतर 'बंडल फेकू नकोस'– हे आम्ही पचनी पाडलं. तेवढ्यात 'फिरकी घेऊ नकोस'– हे सहन करावं लागलं. आता हा चौबळ नवीनच काहीतरी प्रचारात आणतोय. हॅं!
बाकीची कारटी 'ख्यँ, ख्यँ' करून हसली. उगीचच त्या चौबळला खूष ठेवायचा प्रयत्न करतात. अरे, तुमच्या तोंडाला पान पुसून त्यानं मोहिनी जिंकली. तुम्हाला काही स्वाभिमान?
मी हसलो नाही. मी म्हणालो, 'चौबळ, ह्या थापा नाहीत. परवा माझ्या मामेभावाने पँट शिवली. पँट नव्हेच ती. टेरीकॉटची सुरवार म्हण. तर त्याच्या घरी सहज गेलो तेव्हा पँटचा एक पाय त्याची बहीण ओढत होती आणि दुसरा आमची मामी.'
'जाऊ दे रे ते. रमाकांतच्या बाबतीत तशी वेळ येणार नाही. तू शीव रे पँट, तुला हवी तशी.'
'अर्थात, पँट शिवायची की नाही, हा प्रश्न काही मी लोकमताला टाकलेला नाही.'
'तुझी पँट येणार कधी?'
रमाकांतनं तारीख सांगितली.
'च्यायला, म्हणजे तो तर आपला गॅदरिंग डे.'
'येस.'
'मग त्या दिवशी फोटोग्राफर येणारच आहे. पहिला फोटो तुझाच.'
आणि त्या दिवसापासून, चौबळ आणि त्याचा टाईट पँट हा विषय उगीचच घुमायला लागला. साले कशाचंही भांडवल करतात. फुक्कट जाहिरात करतात. एक गोष्ट मात्र कबूल करायला हवीच होती, की टाईट पँटमध्ये रमाकांत फार मजेदार दिसणार होता. ह्या वयात त्याचं पोट मुळीच सुटायला नको होतं. पण ते चांगलंच सुटलं होतं. व्यायाम थांबला म्हणून पोट सुटलं असं तो सगळ्यांना सांगतो. पण त्यात काही राम नाही. व्यायामाच्या काही अवांतर खुणा दिसायला नकोत का? असो.
तो किती विनोदी दिसणार होता हे पाहायचंच होतं.

तो सुदिन उगवला.

आमच्या ह्या बिनडोक कंपूला गॅदरिंगपेक्षा चौबळच्या टाईट पँटचं जास्त महत्त्व होतं. गॅदरिंगमधली एकमेव कामगिरी माझ्यावर सोपविली होती. आणि ती म्हणजे फोटोग्राफरला घेऊन येणं ही होय.

फोटोग्राफर पानसेला घेऊन मी निघालो. शिवाजी पार्कच्या कोपऱ्यावर आलो. आम्ही दोघं त्या कोपऱ्यावर यायला आणि बाजूनं दादासाहेबांची ॲम्बॅसॅडर यायला एकच गाठ पडली. दादासाहेब एकटेच होते. त्यांच्याबरोबर मोहिनी नव्हती. मी दादासाहेबांना नमस्कार केला. त्यांनी सुहास्य मुद्रेनं नमस्काराचा स्वीकार केला. आणि पुढच्याच क्षणी न भूतो न भविष्यती असा प्रकार घडला.

मेन रोडवरून एक ट्रक आला आणि डोळ्याचं पातं लवतं न लवतं तोच त्यानं दादासाहेबांच्या मोटारीला जोराची धडक दिली. मोटारीचा दरवाजा उघडला गेला आणि दादासाहेब बाहेर फेकले गेले. चूक अर्थात ट्रक ड्रायव्हरची होती. आमच्या पानसेनं तेवढ्यात प्रसंगावधान राखून तो क्षण कॅमेऱ्यात टिपला. मी पुढे धावलो. बघ्यांची गर्दी जास्त जमायच्या आत दादासाहेबांना तिथून हलवणं आवश्यक होतं. त्यांचा उजवा पाय जबरदस्त दुखावला होता. गर्दीतलेच कुणी कुणी टॅक्सीचा शोध घ्यायला धावले. दादासाहेबांना मी आणि पानसेनं धरून एका बाजूला नेलं. रविवार असल्यानं एकही टॅक्सी मिळत नव्हती. दादासाहेब विव्हळत होते आणि माझे सारखे आभार मानीत होते. टॅक्सी मिळणं कठीण जात होतं. पण आज दैव जोरावर होतं. समोरून एक टॅक्सी आली. त्यात दादासाहेबांचा खुद्द भावी जामात!—

येस. आमचे रमाकांत चौबळ.

मी 'रमाकांत'—म्हणून मोठ्यांदा हाक मारली. त्यानं टॅक्सी थांबवली. दादासाहेब विव्हळत म्हणाले, 'जावईबुवा, देवासारखे भेटलात.'

—पण आश्चर्याची गोष्ट म्हणजे, रमाकांत शांत होता. त्यानं नुसतं खिडकीतून डोकं बाहेर काढलं आणि तो म्हणाला, 'आता मी गडबडीत आहे. नंतर भेटतो.' आणि तो टॅक्सी घेऊन पुढे गेला. तेवढ्यात दुसरी टॅक्सी आली. के.ई.एम्. चे असिस्टंट डीन रेडकर माझे लांबचे काका. त्यांच्या ओळखीनं प्रवेश पटकन् मिळाला.

वॉर्डमध्ये ॲडमिशन मिळेपर्यंत पाऊण एक तास सहज गेला असावा. दादासाहेबांच्या घरी ही वार्ता कळवणं जरुरीचं होतं. मी निघालो.

दादासाहेब म्हणाले, 'आमच्या घरी कळवाच. पण मोहिनीला सांगाल ते मात्र बेताबेतानं सांगा. पोरगी फार भावनाप्रधान आहे. आणि तुमच्या त्या चौबळांना सांगा, पुन्हा माझ्या घराची पायरी चढाल, तर याद राखा.'

हॉस्पिटलच्या बाहेर पडल्याबरोबर पानसेनं मला विचारलं, ‘रमाकांत असं काय रे वागला?’
‘काही कळत नाही.’
‘तो एवढ्या घाईनं गेला कुठं पण?’
‘त्याची आणि मोहिनीची ही नेहमीची वेळ आहे. ‘ग्रेट पंजाब’ मध्ये बसले असतील आनंद करीत.’
‘खरंच?’
‘खरंच म्हणजे?’–मोहिनीला आता आपण तिथंच गाठायचं आहे.’
‘रमाकांतनं तिला एव्हाना कळवलं पण असेल. ती भेटणार नाही.’
‘शक्य आहे. पण लेट अस् ट्राय.’
ग्रेट पंजाबसमोर मी आमच्या टॅक्सीवाल्याला वेग कमी करायला सांगितला. पाहतो, तो आम्हा कॉलेजस्टुडंट्सचा आवडता वेटर दुसऱ्या एका थांबलेल्या टॅक्सीतल्या माणसाजवळ काही बोलतोय.
वेटर गेल्यावर मी पाहिलं तर तो टॅक्सीत बसलेला रमाकांतच होता. मग मी उतरलोच. पानसे पण उतरला. आम्ही टॅक्सी सोडून दिली. तोपर्यंत तो वेटर पुन्हा बाहेर आला. पुन्हा रमाकांतशी काहीतरी बोलला. पुन्हा आत गेला.
असं आणखी दोन वेळा झाल्यावर आम्ही पुढे झालो. ‘रमाकांत, काय भानगड आहे?’ मी विचारलं.
‘अरे, अगदी वेळेवर आलास. दादासाहेब कसे आहेत?’
–रमाकांतच्या ह्या प्रश्नासरसी पानसे उसळून म्हणाला, ‘साल्या, इथून काय चौकशी करतोस? –मघाशी थांबला का नाहीस?’
‘माझं ऐक तरी.’
‘बोला आता.’
‘कुठं बोलू नका.’
‘नाही सांगत.’
–रमाकांतनं मला जवळ बोलावलं. माझ्या कानात तो पुटपुटला, ‘माझी ही नवी टाईट पँट नेमकी नको त्या जागी, लक्षात येईल एवढी फाटली आहे.’
‘अँ, काय सांगतोस काय?’
‘खरं तेच सांगतोय. तेव्हापासून ह्या टॅक्सीला चिकटून बसलोय.’
‘पण मग घरी जाऊन पँट बदलून का नाही येत?’
‘घरी लगेच जाऊन आलो. मघाशी तुम्हाला भेटलो तेव्हा त्याच कारणासाठी घरी गेलो होतो. पण घरातली सगळी मंडळी कुलूप ठोकून बाहेर गेली आहेत. मग घरून आता इथं आलो दहा मिनिटांपूर्वी, तर फॅमिली रूममध्ये मोहिनी रुसून बसलीय.’

'का?'

'मला यायला उशीर झाला म्हणून. मी उठू शकत नाही. वेटरबरोबर सारखे निरोप पाठवतोय; तर तिचं आपलं एकच म्हणणं. काय सांगायचं ते आत येऊन सांगा म्हणे.'

'तिला तुझी डिफिकल्टी कळव ना.'

'शहाणाच आहेस. पँट फाटली हे त्या वेटरला सांगायचं काय?'—

'ऑल राईट. डोण्ट वरी. मी जाऊन मोहिनीला घेऊन येतो. पानसे, तू थांब इथं.'

फॅमिली रूमचा दरवाजा लोटताना, साहित्यिक लोक म्हणतात तसला, सर्वांगावर काटा आला. हे साहित्य वगैरे भंपक म्हणतो मी, ते उगीच नाही. अंत:करणातल्या गोड उर्मी जे रूप घेऊन अंगोपांगी फुलतात त्या आविष्काराला 'फुलं' म्हणायच्या ऐवजी 'काटा' म्हणायचं. मग ह्यांच्या प्रीतिपंथावर ह्यांना फुलांऐवजी काटेच का नाही भेटणार?

मी दार लोटलं आणि मोहिनी म्हणाली, 'कोण? तुम्ही?— तुम्ही का आलात?'

'रमाकांतचा निरोप...'

'मला त्याची गरज नाही.'

रमाकांतबद्दल ती आता काही ऐकणार नाही हे मी ओळखलं. दादासाहेबांबद्दल हिला सांगणं अत्यंत आवश्यक होतं. पण अशा मन:स्थितीत कसं सांगायचं?—

'माझं स्वत:चं एक काम होतं.'

'मला त्याच्याशी कर्तव्य नाही.'

'ते तुम्ही ऐकण्यापूर्वीच ठरवणं तुम्हाला घातक आहे.'

'तेही माझं मी पाहीन. मला कुणाही माणसाबद्दल— पुरुषाबद्दल— आदर राहिलेला नाही.'

'माझ्याबद्दल आदर बाळगा असं मी कधी म्हणालो?— तुमचा माझ्याशी काहीही संबंध नाही आणि मलाही तो यावा असं कधी वाटलं नाही.'

—मोहिनी इथं चमकली. तिच्या सौंदर्याला आजवर कुणी इतकं क:पदार्थ मानलं नसेल. मी म्हणालो,

'आठवून पाहा. मी तुमच्या मागं आजवर कधी लागलो काय?'

'नाही.'

'तुम्हाला उद्देशून, पण माझ्यावर तसा आरोप करता येणार नाही, अशा बेतानं कधी आडून बोललो काय?'

'नाही.'

'मग आज ज्या अर्थी काम आहे म्हणतोय त्या अर्थी खरोखरच तसं काही असल्याशिवाय म्हणतोय का?'

–इथं साली गप्प बसली.

'बोला ना?'

'सांगा काय ते.'

'तुमच्या दादासाहेबांनी तुम्हाला ताबडतोब बोलावलयं.'

'रमाकांत भेटला की त्याच्याबरोबरच येते.'

'तुम्ही बाहेर आलात की तो भेटेल. टॅक्सीत तो तुमची वाट पाहातोय.'

'मी त्याची आज जिरवणार आहे. भलताच तऱ्हेवाईकपणा करतो तो हल्ली. सरळ घरी ये म्हणाले तर म्हणे हॉटेलात भेटू. आणि आता आतच येत नाही. वेटरला नाचवीत बसलाय.'

'ते तुम्हाला जे काय भांडायचं, जिरवायचं ते नंतर जिरवा. ह्या क्षणी दादासाहेबांना तुमची फार गरज आहे. ते संकटात आहेत.'

मोहिनी ताडकन उठून उभी राहिली आणि पुन्हा खाली बसली.

'खोटं, खोटं, मला बनवताय.'

'बाहेर चला. रमाकांतला विचारा.'

'दादांना काय झालं?'

'ॲक्सिडेंट. ते आता के.ई.एम्. मध्ये आहेत.'

'इम्पॉसिबल. रमाकांत हे सांगायला धावत आला असता.'

'मी सांगू नये, पण दादांकडून तुम्हाला ते कळणारच; तेव्हा सांगतो. अपघात झाला तेव्हा रमाकांत तिथून गेला, न थांबता.'

मोहिनी पुन्हा उठली आणि बसली.

नंतर ती चक्क रडायला लागली. साली, आता आली का आफत. तिच्या त्या घट्ट, अतिघट्ट, महाघट्ट सॅक घातलेल्या पाठीवर हात ठेवून तिची समजूत घालणं, म्हणजे जवळजवळ उघड्या अंगालाच स्पर्श करणं.

मनाचा हिय्या करून मी समजूत घालणार तोच दैत्यासारखा पानसे मागे येऊन उभा राहिला आणि म्हणाला, 'रमाकांत निघून गेला. मीटरचं बिल वाढत होतं भरमसाट.'

नंतर त्याचं लक्ष मोहिनीकडे गेल्यावर तो म्हणाला, 'अरे तिकडे हॉस्पिटलमध्ये दादासाहेब वाट पाहात असतील ना.'

मोहिनी रडतारडता म्हणाली, 'मी दादांपेक्षा संकटात आहे.'

तिनं मला खाली वाकायची खूण केली. माझ्या कानात ती म्हणाली, 'मी उठू शकत नाही. एक पाऊल टाकू शकत नाही. माझा हा सॅक दैत्यासारखा, नको तिथं फाटलाय. रमाकांत आला असता, तर त्यानं मला उचलून नेलं असतं.'

त्यानंतर हॉटेलात फारसं कुणी नाही ना, ह्याची मी खात्री करून घेतली. पानसे

टॅक्सीसाठी धावला. हॉटेलात बसलेलं शेवटचं गिऱ्हाईक 'टिप' देऊन निघून गेलं. वेटर्स राहिले. पण त्यांना 'जा' कसं म्हणणार? आणि केवळ, केवळ, त्या दादासाहेबांसाठी मी मोहिनीला उचलून घेतली. वाटली तेवढी हलकी नव्हती. थँक गॉड, टॅक्सीपर्यंतचं अंतर फार नव्हतं. व्यायाम करणं म्हणजे 'वेळेचा अपव्यय' हे तेवढं खरं नाही.

त्यानंतर दोनच दिवसांनी पानसेनं दोन फोटो माझ्यासमोर टाकले. एक दादांच्या ॲक्सिडेंटचा होता आणि दुसरा–

दुसरा होता, मी मोहिनीला उचलून घेतलं तो.

चौबळचं माथं बिथरायला निराळं काही हवं होतं का? मोहिनी प्रथम जाम वैतागली. पण तिचा 'बाप' जिथं आपल्या फेव्हरमध्ये, तिथं काय चालणार तिचं? ॲक्सिडेंटच्या फोटोमुळे त्यांना भरपाई मिळाली. आता, मी घरजावई झालो म्हणून साले मित्र छळतात. पण छळू देत.

त्या साल्यांना कधी कुणाचं चांगलं बघवलंय का?

□

पैज + धाडस = ब्याद

	सोमवार	मंगळवार	बुधवार	गुरुवार	शुक्रवार	शनिवार
		१	२	३	४	५
६	७	८	९	१०	११	१२
१३	१४	१५	१६	१७	१८	१९
२०	२१	२२	२३	२४	२५	
२७	२८	२९	३०	३१		

इंजिन आणि गार्डचा डबा– ह्या दोन गोष्टी वगळल्या तर आख्खी गाडी गच्च भरली होती. राखीव डब्यात, एका बाकावर सदावर्ते, लाटकर, कुमठेकर, पेठे, निगुडकर आणि वैशंपायन एवढे सगळे एकाच बाकावर बसले होते. त्यातला सदावर्ते खिडकीजवळ! प्लॅटफॉर्मवरून प्रत्येक डब्यात डोकावत डोकावत एक माणूस चालला होता. त्याला अर्थातच बसायला जागा हवी होती. सदावर्तेच्या खिडकीतून त्यानं आत डोकावल्यासारखं केलं.

'काय हवंय? जागा?'

तो गृहस्थ मानेनेच 'हो' म्हणाला.

'कितीजण आहात? सदावर्तेनं विचारलं.

'मी एकटाच आहे.' तो गृहस्थ आशाळभूतपणे म्हणाला.

'एकच जागा शिल्लक आहे.' सदावर्ते म्हणाला. त्या माणसानं प्रश्नार्थक नजरेनं पाहिलं. सदावर्तेनं आपली मांडी थोपटून दाखवली. त्यावर चेहरा टाकून तो गृहस्थ निघून गेला. एवढं घडल्यावर सगळेजण हसले. निगुडकर म्हणाला, 'सदावर्ते, आता हा ज्योक जुना झाला. आता काहीतरी नवीन शोधून काढा.'

'तुम्हाला जुना, पण ऐकणाऱ्याला नवा. तुम्ही रोज पहाता म्हणून.'

'एखाद्या दिवशी तुझी खरोखरच कुणीतरी जिरवेल हं.' पेठे म्हणाला.

'इम्पॉसिबल.'

'कळेल केव्हातरी. शेराला सव्वाशेर भेटतोच ह्या जगात.' लाटकर म्हणाला.

'अरे लेका, पण तो सव्वाशेर कधी ठरेल? मी जर मागे हटलो तर. मी जर त्याला शेवटपर्यंत मांडीवर बसवून घेतला तर?'

'चार तास एखाद्याला मांडीवर बसवून घ्यायचं म्हणजे काय ज्योक वाटला तुला? अरे दीडदोन वर्षांच्या मुलालाही आपण कंटाळतो. अवघडतं अंग–' कुमठेकर म्हणाला.

'आणि सदावर्त्या, समज एखादी बाई जागा शोधत आली तर?'

‘तर मग माझी मांडी दुखणार नाही, तुमची सर्वांची पोटं दुखतील.’
‘अरे सोड सोड, बाई कशाला झक् मारायला तुझ्या मांडीवर बसेल? ती तोंड रंगवील आणि जाईल बायकांच्या डब्यात–’ लाटकर.
‘पुढे काय होईल हा प्रश्नच नाही. काही व्हायचंच नाही पुढे. कारण ह्याची हिंमतच व्हायची नाही, मांडीवर जागा आहे म्हणून सांगायची.’
‘करून दाखवू हिंमत?नुसतं हो म्हणा. हम पिछे नही हटनेवाले.’
‘पैज?’
‘येस पैज.’
सदावर्तेनं आव्हान स्वीकारलं.
‘आपण पैज मारणार नाही.’ पेठेनं असहकार पुकारला.
‘का?’ निगुडकरनं विचारलं.
‘अरे चांगली आरामात एखादी बाई मांडीवर बसणार. त्याचं सौख्य त्याला मिळणार आणि वर आपण आणखी पैसे द्यायचे? म्हणजे ह्या चोराची मजाच. अगदी ‘सालंकृत कन्यादान’ म्हणायला हवं!’
‘करेक्ट, करेक्ट. हे आपल्या टाळक्यातच नव्हतं आलं, मग काय सदावर्ते, एखादी बाई बसलीच तुझ्या मांडीवर, तर आम्हाला काय देशील? माणशी दहा रुपये?’ वैशंपायननं विचारलं.
‘दहा रुपये फारच कमी होतात. जास्त हवेत.’ पेठे म्हणाला.
‘आपण ते बाईवर अवलंबून ठेवू या.’ लाटकरनं डोकं चालवलं.
‘म्हणजे कसं?’
‘बाई जेवढी सुंदर तेवढे जास्त पैसे सदावर्तेनं द्यायचे.’
सदावर्तेही काही कमी नव्हता. तो म्हणाला,
‘आणि तिनं मांडीवर न बसता, विनयभंगाच्या आरोपाखाली तोंडात चप्पल द्यायची ठरवलं तर तुम्ही सर्वांनी त्या माझ्याऐवजी खाल्ल्या पाहिजेत.’
‘ते विसरा सदावर्ते. बायकांचा विनयभंग? हल्लीच्या जमान्यात? छोड यार. हल्ली पुरुषांचा विनयभंग होतो.’
डब्यात हास्यकल्लोळ झाला.
लाटकर पुढं म्हणाला, ‘उलट नाही झालं म्हणजे मिळवली.’
‘कसं?’
‘तीच तुला मांडीवर घेऊन बसेल.’
काही वेळ सगळे गप्प बसले. तेवढ्यात योगायोग असा की नेमकी एक बाईच जागा आहे की नाही हे पहाण्यासाठी खिडकीत डोकावून पुढे गेली.
‘का रे आता गप्प का बसलास?’ पेठेनं विचारलं.

‘अरे त्याची काय हिंमत आहे? करून दाखवणारी माणसं वेगळीच असतात.’
‘तुम्ही लेको सगळे शारदेचे बाप आहात. कांचनभट, आधी पैजेचं ठरवा. मग दाखवतो हिंमत करून. जाऊ दे म्हणा. पैजा मारणारे निराळेच असतात.’
–सदावर्तेनं सगळ्यांना छेडलं.
‘ऑल राईट. आपण देऊ दहा रुपये. पण तुझी लेका चैन होणार नक्की.’
‘लेको, बाई मांडीवर बसल्याच्या सौख्याची ही किंमत नाही. तिनं तोंडात भडकवली तर त्याचं काय? नंतर काय होईल ते होईल! मी विचारण्याचं धाडस करतो की नाही हे पहाण्याची ती किंमत.’
‘ऑलराईट, अॅग्रीड, माझेही दहा रुपये.’ निगुडकर म्हणाला.
‘आपलेही!’ बाकीच्यांनी साथ दिली.
‘सॉरी– केवळ पन्नास रुपयांसाठी एवढ्या लोकांसमोर आपण आम्ही आपली बदनामी होऊन द्यायला तयार नाही. जर लेको घोटाळा झाला तर स्टेशनवर गर्दी व्हायची. आम्हांला मारही बसायचा. नकोच ते.’
–पण मौज अशी, की सदावर्ते जो जो मागे हटायला लागला, तो तो बाकीच्यांना चेव आला. पेठे गप्प होता. पण कुमठेकर म्हणाला,
‘माझे पंधरा रुपये; नुसते विचारण्याचे. तिने जर तोंडात भडकवली तर वीस रुपये.’
‘आणि तिनं मांडीवर बसून प्रवास केला तर?’ निगुडकरनं विचारलं.
‘इम्पॉसिबल!’ पेठे म्हणाला.
‘तसं झालं तर माझे पन्नास रुपये.’ कुमठेकर म्हणाला.
‘एकदम पन्नास?’ लाटकरनं विचारलं.
‘त्याला काय झालं? तसं घडणारच नाही. शंभर रुपयेसुद्धा कबूल करायला हरकत नाही. मग काय सदावर्ते? दाखवणार का हिंमत?’
‘सगळ्यांनी पैसे आधी काढून द्या माझ्याजवळ, तर विचार करीन. काहीच नाही झालं तर पैसे वापस.’
–तेवढ्यात गाडीची शिट्टी ऐकू आली. ‘आता काय उपयोग?’ पेठे म्हणाला.
‘वेळ नाही गेली अजून. ज्याला धाडस करायचं आहे तो कुठंही, केव्हाही करू शकतो. दादर स्टेशन आहे अजून.’
‘मला असं उगीच चिडवू नको हं. आय् अॅक्सेप्ट युवर चॅलेंज!’
–हातात हात मिळवले गेले आणि गाडी हलली. लाटकर, पेठे, निगुडकर, कुमठेकर आणि वैशंपायन सर्वांनी पन्नास-पन्नास रुपये काढून सदावर्तेजवळ दिले.
‘दादर गेल्यावर चान्स नाही हं.’ सर्वांनी बजावलं.

सदावर्ते गप्प बसला. त्याचा चेहरा आता उतरल्यासारखा दिसत होता. आपण भलत्याच जिद्दीला पेटलो आहोत का? ह्या विचारानं तो गांगरला होता. आता माघार घेता येणार नव्हती. आज जर धाडस दाखवून ह्या सर्वांची तोंडं गप्प नाही केली तर रिटायर होईपर्यंत ऑफिसात धडगत नव्हती. पण हा केवळ धाडस दाखवण्याचा प्रश्न नव्हता. मस्करीची कुस्करी व्हायला वेळ लागणार नव्हता. धोकाच जास्त होता. एखादी महामाया भेटली तर प्रकरण पोलिसापर्यंत जायचं. बदनामी व्हायची. कदाचित फिर्यादही! आणि दंड वगैरे झाला तर नोकरीवरही गदा. कारण विनयभंगाचा आरोप हा गंभीर ठरायचा. त्याशिवाय बायको ठेचा करील आपला. तिच्या माहेरची माणसं कोणत्या नजरेनं पाहतील? अडीचशे रुपये एका रकमेनं मिळतील, पण कुणी सांगावं? पैजा मारून आपल्याला भरीला घालणारी ही मित्रमंडळीच आपली नालस्ती सगळीकडे करतील. काय करावं? मुकाट्याने प्रत्येकाचे पैसे परत करावे आणि पराभव कबूल करून गप्प बसावं. सदावर्ते इकडे अशा विचारात पडला होता आणि इकडे पाचजणं एकमेकांत नेत्रपल्लवी करत, 'बघ टरकला की नाही'– असं म्हणत होते. समोरच्या बाकावर बसलेल्या अनोळख्या प्रवाशांनाही आता त्यात गंमत वाटत होती. सदावर्तेनं धाडस केलंच तर त्यांनाही हवं होतं. सदावर्तेच्या तोंडात बसली तरी बघे लोकांची करमणूक होती आणि निराळं काही घडलं तरी त्यांना ते हवंच होतं.

दादर आलं. गाडीचा वेग मंदावला.
'सदावर्ते, बेस्ट ऑफ लक टु यू.' लाटकरनं सदिच्छा व्यक्त केली. गाडी थांबली. लोक डब्या-डब्यातून, खिडक्या-खिडक्यातून डोकावू लागले. तेवढ्यात एका मद्रासी बाईनं डोकावलं. चिक्कार तेल लावून घातलेली वेणी, नाकात चमकी, लाल रंगाची भडक साडी, काळा वर्ण.
'विचार ना तिला!' पेठेनं चिथावलं.
सदावर्ते गप्पच होता. ती बाई पुढच्या डब्याकडे गेली. तेवढ्यात तिकडून आणखी एक मुलगी आली. वय जेमतेम तेवीस-चोवीस. केसांची पॉनीटेल. डोळ्याला गॉगल, गळ्यात थर्मास; अंगात तंग पंजाबी ड्रेस– स्लीव्ज़लेस. त्या मुलीनं खिडकीतून डोकावताच लाटकरनं आपले कोपर सदावर्तेच्या बरगडीत खुपसलं. सदावर्तेला एकाएकी काय वाटलं कुणास ठाऊक. मघाचेच विचार त्या अफलातून सुंदर तरुण बाईला पाहिल्यावर तो विसरला. ही इतकी आकर्षक, स्मार्ट पोरगी खरोखरच आपल्या मांडीवर बसून पुण्यापर्यंत आली तर? ह्या कल्पनेचा त्याला मोह पडला. तिच्याकडून चप्पल मिळण्याचा संभाव्य धोकाही तो विसरला आणि त्याने मोडक्या तोडक्या हिंदीत विचारलं,
'जगह, मंगती है क्या?'

‘जी हां.’
‘तो आईये अंदर.’
‘कहाँ?’
आणि सदावर्तेच्या पुढच्या उत्तरासाठी त्या पांडवांनी आणि समोरच्या अनोळखी सहप्रवाशांनी पण श्वास आवरून धरले. सर्वांकडे अर्थपूर्ण नजर टाकीत सदावर्तेनं मांडीवर हात मारून दाखवला आणि मनातल्या मनात ‘रामनामाचा’ जप करायला सुरुवात केली आणि काय घडणार हे कळायच्या आतच ती पंजाबी मुलगी ‘थँक्स’ म्हणाली आणि एखाद्या पुरुषाप्रमाणे तिने सराईतपणे खिडकीतून उडी मारली. खिडकीतून डब्यात प्रवेश करताना जो काही काल अपरिहार्यपणे जाणार होता, तेवढ्या काळात सदावर्तेनं सगळ्यांकडे धास्तावलेल्या नजरेनं पाहिलं. पण कुणीही त्याला सावरण्याच्या मन:स्थितीत राहिलेलं नव्हतं. कारण त्या तरुणीच्या अकल्पित कृतीनं सगळेच गोंधळात पडले होते.
खिडकीतून डब्यात प्रवेश करून तिनं उभं रहायला जागा मिळवली. हातातली छोटी सूटकेस त्यावेळेपर्यंत प्लॅटफॉर्मवरच्या एका माणसानं हातात धरली होती. सदावर्तेला अजून उर्ध्व लागलेला होता. ती बाई एकटी नव्हती. म्हणजे कोणत्याही घटकेला ती बरोबर आलेल्या माणसाकडे तक्रार करू शकणार होती. तेवढ्यात प्लॅटफॉर्मवर उभ्या राहिलेल्या माणसानं तिला शुद्ध मराठीत विचारलं.
‘सरू, तू ह्या गर्दीतून कशी जाणार?’
‘अरे माझी बसायची सोय झाली आहे. काळजी करू नकोस–’
आणि तेवढ्यात गाडी हलली.
गाडी स्टेशनच्या बाहेर येईपर्यंत त्या बाईनं वाट पाहिली आणि एखाद्या माणसानं आपलं राखीव जागेचं तिकिट दाखवून, शांतपणाने पण अधिकारवाणीने बसायला मागावं त्याप्रमाणे ती मुलगी म्हणाली,
‘हा मिस्टर, बी रेडी.’
सदावर्तेच्या छातीत धस्स झालं. पण आता प्रकरण पेटणार होतं. मित्रांसमोर माघार घेता येणार नव्हती. आणि त्या तरुणीला समर्पक उत्तर देता येणार नव्हतं. तरी इकडे तिकडे बघण्यात सदावर्तेनं एकदोन मिनिटं घालवलीच.
‘चला जागा द्या मला. यू हॅव प्रॉमिस्ड मी.’
‘अहो पण...’
‘पणबीण कुछ नही. गर्दी बघून मी गाडी सोडणारच होते. पण तुम्ही चांगली जागा देऊ केलीत. नाऊ स्टिक टू युवर वर्ड–’ एवढं बोलून ती समोर बसलेल्या एकदोन माणसांना म्हणाली, ‘काय हो, माझं काही चुकतंय का?’
‘चुकलं नाही, पण प्रशस्त नाही वाटत.’ त्या बाईशी बोलायची संधी मिळाल्याचा

आनंद होत एक गृहस्थ तत्परतेने म्हणाला.
'प्रशस्त आहे की नाही, ह्याचा विचार बसायला सांगणाऱ्यानं करावा.'
एवढं बोलून सदावर्तेची परवानगी गृहित धरून ती बाई सरळ त्याच्या मांडीवर रेललीच.
ती बया ऐकत नाही हे पाहिल्यावर त्यातल्या त्यात सदावर्ते नीट बसला. त्याच्या मांडीवर व्यवस्थित बसत ती म्हणाली,
'थँक्स.'
आणि नेहमीच्या बसायच्या जागेवर बसावं त्याप्रमाणे ती बिनदिक्कतपणे सदावर्तेच्या मांडीवर बसली. इकडे ती मांडीवर आणि इकडे पेठेचं कोपर बरगडीत, अशा अवस्थेत प्रवास सुरू झाला,
'कसं वाटतंय?'– पेठेनं हळूच विचारलं. सदावर्ते सुखावला होता– पण त्या सौख्यात फार मोठी भेसळ होती. आजुबाजूच्या लोकांच्या बोचऱ्या, कुत्सित नजरा आणि... नाही म्हटलं तरी ती पोरगी वाटलं तेवढी, दिसली तेवढी हलकी नव्हती. तो एकांत नव्हता. मर्यादित स्वरूपात तमाशाच वाटावा असा तो मामला होता. लादलेला स्पर्श होता.
सदावर्तेचा चेहरा उतरला, पण बाकीचे 'बरी जिरली'– ह्या आनंदात होते. पण तो आनंद व्यक्त करायची सोय नव्हती. त्या तरुणीच्या वेशभूषेप्रमाणे ती खरोखरचीच पंजाबी किंवा सिंधी असती तर बरं झालं असतं. सदावर्तेच्या मनसोक्त फिरक्या तरी घेता आल्या असत्या. पण ती महाराष्ट्रीयन असल्यानं मामला बिघडला होता. एखादा अस्पष्ट टोमणाही मारायची सोय नव्हती. बरं जी बाई परपुरुषाचं आव्हान स्वीकारून सरळ चार लोकांत मांडीवर बसू शकते, ती उत्तराला प्रत्युतर करून केव्हाच आपल्याला गप्प बसवेल ही धास्ती प्रत्येकाला होती. बरं त्यातूनही ती इतकी जवळ-जवळ म्हणजे आता सदावर्तेच्या चक्क मांडीवरच की– होती की खाणाखुणा करणं, कानात पुटपुटणं, ह्यातलं काहीही शक्य नव्हतं.
खुद्द सदावर्तेला वाटलं की दोन-चार मिनिटं ही बसेल मांडीवर आणि एकवार आपली जिरवून उठून उभी राहील. पण छे! ठाणे स्टेशन गेलं तरी ती आरामात बसली होती.
मग तिने आरामात खाली वाकून वाचण्यासाठी म्हणून मासिक काढलं. ती आता आरामात वाचत बसणार होती. आता सदावर्तेच्या सहनशक्तीचा अंत होता. त्याचा चेहरा कमालीचा उतरला. पेठे, लाटकर, निगुडकर वगैरे कंपूला सदावर्तेची एकीकडे कीव येत असतानाही त्याचा कुठेतरी हेवाही वाटत होता. सदावर्ते तिच्या पाठमोऱ्या आकृतीकडे बोट दाखवून ती जड आहे अशी खूण करीत त्या सर्वांना म्हणाला, 'घी देखा लेकिन बडगा नही देखा–' त्यानंतर ही धोंड तुम्हाला तुमच्या

मांडीवर हवी आहे का? असं नजरेनं विचारीत होता, आणि बाकीचे 'नको, तुझ्या मांडीवरच ती छान दिसत आहे–' असं नजरेनेच सांगत होते. ह्या खाणाखुणा तिला कळल्या नाहीत, पण बाकीच्या प्रवाशांना कळल्या आणि त्यांना हसणं आवरेना. त्यातला एकजण तर उठून पलीकडच्या भागात गेला. तो पलीकडच्या भागात गेला आणि मग एकेक नवा चेहरा तो प्रकार पहायला डोकावून जाऊ लागला. हळूहळू डब्यात बहुतेक लोकांनी तो प्रकार आलटून पालटून पाहिला. तेवढ्या गर्दीत तिकीटचेकर आला. सदावर्ते केविलवाणेपणी म्हणाला,

'बाई, जरा उठलात तर खिशातलं तिकीट काढून दाखवीन म्हणतो–'

'जरूर जरूर–' असं म्हणत सरोज उठली.

–त्या निमित्ताने सदावर्तेला पाय मोकळे करायला मिळाले, तिकीटचेकर तिकीट पाहून पुढच्या विभागात गेला. सदावर्तेच्या परवानगीची वाट न बघता सरोज पुन्हा त्याच्या मांडीवर बसली. आता मात्र समोरच्या एका साधारण म्हाताऱ्या म्हणजे पन्नाशीकडे झुकलेल्या माणसानं त्या बाईला– सरोजला– म्हटलं,

'बाई, तुम्हाला मी माझी ट्रंक देऊ का बसायला?'

त्यावर सरोज पटकन् म्हणाली,

'नको. आय ॲम क्वाईट कम्फर्टेबल हिअर.'

'असाल हो, पण जरा त्यांचा विचार कराल की नाही?'

'त्यांचा विचार मी कशाला करू? मला मांडीवरची जागा देताना त्यांनी त्यांच्या ताकदीचा विचार केला असेल ना.'

'अहो कसली ताकद न् कसलं काय!– नुसता पोरखेळ. पैजेतून निर्माण झालेली जिद्द आहे ही.'

'वाटलंच मला, पैजेचा प्रकार असणार म्हणून. ठीक आहे मग. ही ईज पेईंग द कॉस्ट ऑफ इट.'

'ते ठीक आहे हो. पण बाई स्वत:चा विचार करा, त्यांचा करणार नसाल तरी.'

'कसला विचार?'

'हे शोभत नाही.'

'हे पहा, असं आहे त्याचं. मला जे ओळखतात त्यांना मी कशी आहे ते माहीत आहे. तेव्हा ओळख असणाऱ्यांची भीती नाही, आणि जे मला ओळखतच नाहीत, त्यांना मी तरी कशाला भिऊ?''

'तरी बरं नाही दिसत.'

'त्याला आता आम्ही बायकांनी काय करायचं? सभ्य, सुशिक्षित म्हणवणारे लोक समाजात असे वागतात, तेव्हा ज्या बायकांत थोडी हिंमत असेल, त्यांनीच अशा माणसांची जिरवली पाहिजे. 'मांडीवर बस' म्हणणारे दु:शासन समाजात अजून

चालत आलेत, पण त्या मांडीला रक्तस्नान घालणारे भीम उरलेले नाहीत तेव्हा आम्ही काय करावं?'

समोरचा म्हातारा गप्प बसला.

गाडी कर्जतला थांबली. आणि सदावर्तेचं दुर्दैव पुरतं ओढवलं. कारण नेमके डब्यासमोरच त्याचे श्वशुर उभे. सदावर्तेला पाहून ते पुढे आले, आणि तो प्रकार अवाक् होऊन पाहत राहिले. न राहवून ते म्हणाले,

'जावईबापू हा काय प्रकार?'

–सदावर्तेच्या गळ्याला कोरड पडली. तो काहीतरी सांगणार तेवढ्यात सरोज म्हणाली,

'वा, छान! हे आपले जामात का? छान. आपण भेटलात हे उत्तम झालं. तुमच्या ह्या जावईबापूंनी प्रवासात त्यांच्या मांडीवर बसायला जागा दिली आहे. त्यांच्या ऑफिसातली मंडळी बरोबर आहेत. पण हा पराक्रम तुमचे जावईबुवा, तुमच्या मुलीला सांगणार नाहीत. तेव्हा तुम्ही हा प्रकार पाहून ठेवलात ते बरं झालं. मी पुण्यापर्यंत असाच प्रवास करणार आहे.'

आणि खरोखरच सरोजनं शिवाजीनगरपर्यंत तसाच प्रवास केला. पुण्यापर्यंत त्या विषयावर कुणाचीही बोलायची हिंमत झाली नाही. सदावर्तेने जड मनाने व अक्षरशः जड पावलांनी सगळ्यांचा निरोप घेतला. बाकीचे पाच वीर, आज पगाराच्या दिवशीच पन्नास-पन्नास रुपयांचा फटका खाऊन घरी परतले.

पुणे स्टेशनवरून सदावर्ते बसने घरी पोहोचला तेव्हा सरोज त्याच्या अगोदर पोहोचली होती. सदावर्तेचं पाऊल घरात पडताच सदावर्तेच्या बायकोने, सरोजने व सदावर्तेने एकमेकांना टाळ्या दिल्या.

'आता मला साडी हवी.'

'वहिनी, पहिला माझा नंबर हं. मी नाटक किती चोख वठवलं हे पहायला तू हवीच होतीस. एकच खूण सांगते. कर्जतला तुझे वडील आले होते... अगं त्यांनीही मला ओळखलं नाही. तेव्हा आधी मला पातळ.'

–सदावर्ते ओरडला, 'साडी खरेदी मग. आधी मेंथॉलच्या अर्धा डझन बाटल्या आणा. हॉटवॉटर बॅग आणा. रात्रभर मांडी शेकेन तेव्हा उद्या खरेदीला बाहेर पडू शकेन.'

□

प्रिमियर

	सोमवार	मंगळवार	बुधवार	गुरुवार	शुक्रवार	शनिवार
		१	२	३	४	५
६	७	८	९	१०	११	१२
१३	१४	१५	१६	१७	१८	१९
२०	२१	२२	२३	२४	२५	
२७	२८	२९	३०	३१		

चंद्रशेखर मला पाहून त्याची फियाट थांबवतो काय, आणि गप्पांच्या ओघात माझ्या खिशात दोन माणसांचा प्रिमियर शोचा पास कोंबतो काय, सारंच अविश्वसनीय वाटणारं!

वास्तविक, बारीकसारीक गोष्टीसाठी लोकांकडे तोंड वेंगाडण्याचा माझा स्वभाव नाही. पण त्या दिवशी कसं कुणास ठाऊक, तोंडातून शब्द गेला. त्यानंही अपमान न करता पास दिला. तो जर 'दिला असता रे...' असं काही म्हणाला असता तर मला फार अपमानास्पद वाटलं असतं. कारण पास मागण्याची माझी वृत्ती नाही. मागे एकदा एका लेखक मित्रानं माझ्या टॅक्सीतून थिएटरपर्यंत लिफ्ट मागितली. त्या दिवशी त्याच्या नाटकाचा प्रिमियर होता. माझ्याकडे लिफ्ट मागून तो मला प्रयोगाला थांब म्हणाला नाही. त्या अपमानाचा मी कायमचा धसका घेतला होता. तरी देखील मी चंद्रशेखरकडे मागणी करून बसलो. पण तो पटकन् 'ये' म्हणाला आणि मला हायसं वाटलं.

त्याची गाडी दिसेनाशी झाली आणि मी प्रिमियर शोच्या वातावरणाचं चित्र कल्पनेनं रंगवीत घरी येऊ लागलो.

प्रिमियर शो!

कसा असतो?

त्याला दीपोत्सव म्हणू का? जत्रा म्हणू? की मयसभा म्हणू? की एखाद्या जागतिक प्रदर्शनाची उपमा देऊ?

नाही.

कशाचीही तुलना व्हायची नाही.

प्रिमियर शो हा एक्झॅक्टली दुसऱ्या एखाद्या प्रिमियर शोसारखाच असतो.

त्याला एक स्वत:चं व्यक्तिमत्त्व असतं. स्वत:चा चेहरा असतो. खरं तर ह्या शोला आपण आपला चेहरा न्यायचाच नसतो. प्रिमियरचा चेहरा पांघरूनच जायचं असतं. त्या धुंदफुंद वातावरणात आपला बेसिक पे विसरायचा असतो. दोन

खोल्यांतला संसार विसरायचा असतो. त्या वातावरणात त्या दिवशी आपली बायको ही आपली वहिदा रेहमान असते आणि आपण असतो देवआनंद किंवा राजकपूर किंवा वहिदाला आवडणारे कोणीही!

आपण आपल्या 'वहिदा'ला घेऊन डौलात थिएटरवर जातो. आणि तिथं पहावं तर प्रत्येकाचीच बायको त्या दिवशी 'वहिदा' झालेली असते. बारीक, बारीक आवाजात ती इतरांशी हसून बोलत असते. वेळप्रसंगी आपली बायको पण किती नाजूक आवाजात बोलू शकते, ठेवणीतलं हसू शकते त्याचा आपल्याला शोध लागतो. फॉयरमधल्या मोठ्या आरशात, आपल्याला आपलं पोट फारसं सुटलं नसल्याचा साक्षात्कार होतो. आपल्याही बायकोकडे चार माणसं हळूच बघत असताना आपल्याला आढळतात. आपला चॉईस तेवढा वाईट नाही ह्याचा डौल वाटतो. आपली बायको चारचौघांत चांगलं बोलत असते. आपण त्याला हरकत घेत नाही. आपण त्या दिवशी एकदम 'सोशल' झालेलो असतो.

एकूण तो दिवस चांगला असतो. गहिरा असतो. काही तरी नवं सांगून जातो. पुढे खूप आयुष्य असल्याचा दिलासा देतो.

ती किरमिजी संध्याकाळ उगवायला चांगले सातआठ दिवस मधे असतात, पण आपल्या घरात मात्र ज्या दिवशी ती आमंत्रणाची गुळगुळीत गुलाबी पाकिटं येऊन पडतात, त्या दिवसापासूनच ती संध्याकाळ सुरू होते.

बायको पाकिटं पाहून पहिला प्रश्न विचारते,

'मी त्या दिवशी पातळ कोणतं नेसू?'

ह्या असल्या समारंभांना नेसण्यायोग्य अशा दोन-तीनच साड्या असतात. त्यातली एक साडी, कुठल्यातरी मेव्हणीनं केव्हातरी नेसायला नेलेली असते आणि ती वेळेवर परत केलेली नसते. उरलेल्या दोन साड्यांपैकी एका साडीला काळ्या रंगाच्या परकराची आवश्यकता असते. (का? हे अजून मला कळलेलं नाही!) काळ्या रंगाचा परकर अद्यापि शिवायला न जमल्यानं ती साडी, त्या दिवसासाठी निकामी ठरणार असते. राहता राह्यली एक साडी. तिच्यावरचा मॅचिंग ब्लाऊज, त्याचे दोरे काढून, तो जरा सैल करायचा असतो.

एवढं झालं की काही प्रॉब्लेम नसतो.

पण ह्या प्रिमियरला हा प्रॉब्लेम निर्माण होणार नाही ह्याबद्दल माझी खात्री होती. परवाच एक साडी, अंगच्या ब्लाऊजपीससकट घेतलेली होती. त्या ब्लाऊजला लागणारं अस्तर पण परवाच दोन तासांच्या पायपिटीनंतर मिळालेलं होतं. पातळाला अंगचे काठ होते, म्हणून खाली 'फॉल' वगैरे लावायची भानगड नव्हती.

आम्ही आमचं आयुष्य किती बिकट करीत चाललो आहोत असा विचार हल्ली फार छळतो. एक कार्यक्रम ठरवा. पातळ, ब्लाऊज, अस्तर, परकर, फॉल...अटीच

अटी. पण ह्यावेळेला मामला साफ होता.
गफलत, दगाफटका, कशाचाही धोका नव्हता.
घरी पोचताच प्रिमियर शोचा कार्यक्रम जाहीर केला आणि बायको पटकन् म्हणाली,
'पिट्टूची व्यवस्था काय करायची?'
मी ती बाब साफ विसरलो होतो. 'करू काहीतरी–' असं म्हणत मी पहिल्याप्रथम ते दोन पास अगदी खास जागी ठेवले. नाहीतर, त्या दिवशी सगळं व्यवस्थित जमून देखील पास शोधण्यात तुफान वेळ जातो.
दुसऱ्या दिवशी चहा घेताना सौ. नं. सकाळीच विचारलं,
'प्रिमियर कधी आहे?'
'बरोब्बर पुढच्या शुक्रवारी.'
सौ. नं मनातल्या मनात हिशोब केला. तो कसला हे मी लगेच ओळखलं.
'काही गोंधळ नाही ना?'
'नाही, त्याअगोदरच होऊन जात आहे.'
'एक वरी मिटली.'
'हो, पण पिट्टूचं काय?'
'त्याला पाठवू तुझ्या भावाकडे.'
'त्याच्याकडची परिस्थिती अगोदर बघून यायला हवी.'
'त्यात काय पहायचंय् ? नेहमी तर पिट्टूला राहायला पाठवा म्हणून आग्रह असतो.'
'तरी विचारलेलं बरं. आज तुम्ही फोन करा त्याच्या ऑफिसात. त्याच्याकडे झालीच सोय, तर आणखी कुठं प्रयत्न करायला नको.'
'ऑलराईट.'
त्यानंतर अस्मादिकांचा दिवसभर मेव्हण्यांना फोनवर गाठायचा प्रयत्न सुरू झाला. प्रथम दोन वेळा फोन एंगेज लागला. नंतर ऑपरेटरनं चुकीचाच नंबर जोडून दिला. त्यानंतर फोन लागला तर मेव्हणे त्यांच्या जागेवर नव्हते.
नंतर पुन्हा नंबर मागितला तर ऑपरेटर म्हणाला,
'लाईन्स आर बिझी.'
मग मी स्वतः खाली उतरलो. ऑफिससमोरच्या इराण्याकडे गेलो. पस्तीस पैसे टाकून फोन केला, तर मेव्हणे म्हणाले,
'आत्ता काही सांगू शकत नाही. माझा काही कार्यक्रम नाही. पण शैलाचा काही असला तर विचारायला हवं. उद्या तुम्ही ह्याच वेळेला फोन करा.'
मी चरफडत फोन खाली ठेवला.

संध्याकाळी घरी जाताच फोनचा एकूण प्रकार, माझे प्रयत्न ह्याचा पाढा सौ. समोर वाचला.

'एक दिवस थांबायचं की आणखी कुठं प्रयत्न करायचा?' मी विचारलं.

'उद्या फोन करा असं म्हणाला ना भाऊ? आता करायला हवा, नाही तर चिडेल तो.'

सौ. नं भावाच्या रागाची दहशत घातली.

दुसऱ्या दिवशी आमच्या ऑफिसातला फोनच बिघडला. मग पुन्हा झक मारीत दिलेल्या वेळेला समोरच्या इराण्याकडे गेलो, फोन केला. पलीकडून उत्तर आलं, 'तुमच्या फोनची वाट पाहून एवढ्यात ते कँटिनमधे गेले.'

'अहो, असं कसं होईल? आत्ता बरोबर साडेतीन वाजलेत.'

पुन्हा तिकडून आवाज आला,

'ते तुमच्या घड्याळात. इथल्या ऑफिसच्या घड्याळाप्रमाणे पावणेचार वाजताहेत. तुम्ही आणखी पंधरा मिनिटांनी फोन करा.'

पंधरा मिनिटांनी आणखीन पस्तीस पैसे घालून मी फोन केला तेव्हा मेव्हणे म्हणाले,

'आय ॲम सॉरी. शैला त्याच दिवशी डोंबिवलीला जाणार आहे.'

'ऑलराइट-ऑलराइट' असं म्हणत मी फोन खाली ठेवला आणि फोन प्रकरणात कालपासून एक रुपया पाच पैसे गेल्याचं स्मरण होऊन, चिडून म्हणालो... तुमची टांग!

घरी पोचताच सौ. म्हणाली,

'भाऊकडे काहीना काही अडचण निघणार हे मी ओळखलंच होतं. त्याला विचारूच नका– असं मी म्हणणार पण होते.'

मी गप्प होतो.

ह्या तमाम बायका जे बोलायला नको ते भडाभडा बोलत असतात. पण जे म्हणायला हवं तेवढंच नेमकं का म्हणत नाहीत, ह्यावर कुणाच्याही सौ. नं मला उत्तर देऊन उपकृत करावं. मी आजन्म ऋणी राहीन.

'आपण असं करू या.'

'कसं?'

'आत्ता जेवण लवकर आटपू या आणि फिरत फिरत रात्री बबडीकडे जाऊ या. त्यांना विचारू या.'

'चालेल.'

म्हणण्यासारखा तेवढाच शब्द होता. तो मी म्हणून टाकला.

बबडीच्या घरी स्वागत चांगलं झालं.
मिस्टर बबडीनी म्हणजेच विनायकरावांनी पिट्टूला एकदम उचलून घेऊन त्याचा जोरात पापा घेतला. त्यांच्या मिशा पिट्टूला नक्की बोचल्या असणार, तसंच झालं. विनायकरावांच्या कडेवरून घाईघाईने खाली उतरत पापा पुसून टाकीत तो म्हणाला,
'तू गालव आहेस.'
आता आला का वांधा! अशा मुलाला कोण सांभाळणार? मी त्याच्या अंगावर ओरडणार तोच विनायकराव मोठ्यांदा हसत म्हणाले,
'दॅटस् ए स्पिरीट! लहान पोरं अशी फ्रँक असतात. निषेध करून मोकळी होतात.'
तेवढ्यात बबडी म्हणाली,
'निषेध आम्ही पण केला लग्न झाल्याबरोबर. पण आमचं कोण ऐकतंय्?'
मग ह्यावर दहा मिनिटं, मिशा, त्या ठेवणं, काढणं, टोचणं, ह्यावर आलतू-फालतू-चावट जोक्स झाले.
मला हसावंच लागलं.
आणि त्यानंतरच्या अर्ध्या तासाच्या तिथल्या वास्तव्यात मला हवा असलेला विषय मी जाम काढू शकलो नाही. पिट्टू जांभया देऊ लागला तसे आम्ही उठलो. बबडी आणि विनायकराव जिन्यापर्यंत पोहोचवायला आले तेव्हा म्हणाले,
'पिंट्या झोपतोस का इथंच?'
तोच धागा पकडीत मी म्हणाले,
'काकांना म्हणावं, आज नाही झोपत, पुढच्या शुक्रवारी येतो झोपायला.'
'पुलच्या शुत्लवाली येतो,' पिट्टू म्हणाला,
त्यावर बबडी म्हणाली,
'माझ्या राजा, मग बुधवारीच ये. शुक्रवारी आम्ही जाणार आहोत सिनेमाला.' मी मोठ्यांदा म्हणालो,
'अरे वा, जोर आहे. कुठलं पिक्चर?'
'नवा आहे. त्या दिवशी प्रिमियर आहे. तिकिटं मिळता मिळत नव्हती. पण आमच्या ह्या बबडीला त्या नटनट्यांचे चेहरे पहायचे असतात ना, मग काय करणार? मिळवली कशीबशी दोन तिकिटं.'
मी मनात म्हणालो, 'तडफडा. त्याच दिवशी तडफडा' पण उघडपणे म्हणालो,
'वा वा, जरूर जा. एन्जॉय करा.'
आता इथं सौ.नं गप्प बसावं की नाही? पण नाही. ती म्हणाली,
'जरूर जा काय आपला संबंध नसल्याप्रमाणे करताय. आपण नाही का जाणार?'

'भले, बोलताहेत का बघा!' बबडी म्हणाली.
मी गप्पच राहिलो, मनातल्या मनात चरफडत.
'आमचं अगदी अचानक ठरलं.' बबडी म्हणाली. त्यावर विनायकराव म्हणाले, 'बबडे थापा मारू नकोस. पातळसुद्धा कोणतं नेसायचं त्या दिवशी इथपासून तू ठरवल्यावर मला पिटाळलंस.'
'कोणतं नेसणार?' इती सौ.
'चल दाखवते.' इती बबडी.
सौ. पुन्हा बबडीच्या पाठोपाठ पातळ पहायला घरात गेली.
झोपलेल्या पिटूला घेऊन मी खाली फूटपाथवर येऊन उभा राहिलो.
आता पिट्टूची सोय होत नव्हती, तर पातळ बघायचं काय अडलं होतं?
नंतर झक् मारीत टॅक्सी करून घरी यावं लागलं. दहा पावलं त्यातल्या त्यात मी टॅक्सी अलीकडेच थांबवली म्हणून ऐंशी पैशांवर निभावलं.
जिना चढताना सौ. म्हणतच होती,
'बबडी प्रिमियरला येणार असा मी अंदाज केलाच होता. म्हणणार पण होते–'

दुसऱ्या दिवशी सकाळी मला आणि सौ. ला एकदम आठवण झाली ती बापट पतिपत्नींची. मी म्हणालो,
'आज आहे शनिवार. हाफ डे. मी येता येता गिरगावात उतरतो. आणि चौकशी करून येतो.
त्यावर सौ. म्हणाली.
'नीट विचार करा हं. बापट जर पिट्टूला सांभाळतो म्हणाले तर त्याला इथून गिरगावात पोहचवावा लागेल.'
'मी चौकशी तर करतो.'
'करा, मी आपलं अगोदर सावध केलं.'
गिरगाव त्या मानानं खरोखरच अतिशय गैरसोयीचं होतं. पण आता मी पुरता पेटलो होतो. वाट्टेल ती धडपड करून मी प्रिमियर पहाणार होतो. ऑफिस सुटताच मी गिरगावात गेलो.
रीत-रिवाज म्हणून मी बापटांच्या मुलासाठी दोन रुपयांचा बिस्किटाचा डबा घेतला.
बापटांच्या दरवाजाला कुलूप होतं.
मी मग जाम तापलो.
पण तापून काय उपयोग होता? मस्तक शांत करण्यासाठी दहा मिनिटं गॅलरीत थांबलो. आणि आता निघणार तोच समोरून बापट पती-पत्नी आले. त्यांना मी

वरून हात केला.

कुलूप काढताना त्यांनी विचारलं,

'तुम्ही इकडे कसे काय?'

'अगदी सहज.'

आम्ही स्थानापन्न झालो.

'तुम्ही दोघं एकदम कसे आलात?' मी विचारलं. बापट म्हणाले,

'म्हणजे, तुम्हाला काही माहीत नाही का?'

'काय?'

'आमच्या सौ. नी सध्या आमच्याच बँकेत नोकरी धरली आहे.'

'अरे, अजब मामला आहे. मधेच नोकरी? लहर म्हणून की गरज म्हणून?'

'लहर कशी असेल भावजी? गरज म्हणूनच.'

'सुमे, खरं काय ते सांग. काही तिचं काय ऐकता? गरज म्हणून नोकरी नाही काय? हे जरी खरं असलं तरी गरज बँकेला आहे. आम्हाला नाही.'

बापट म्हणाले,

'अजब आहे.'

'आहो, आता नाटकांच्या स्पर्धा आल्या, राज्य नाट्यमहोत्सव, बँकेनं स्पर्धेत एन्ट्री दिलीय. तेव्हा नाटकात काम करायला बायका हव्यात. मग काय, ही घुसली बँकेत.'

'आणि मग चिरंजीव कुठं आहेत?'

'त्याला दिला कोकणात पाठवून; आमचं नाटक होईपर्यंत. आम्ही दोघांनी भाग घेतलाय्.'

'भावजी, आमचं काम पहायला यायचं बरं का!'

'अवश्य.'

'तुम्ही त्यापेक्षा असं करा. मुख्य जाहीर प्रयोगाला तर याच. पण येत्या शुक्रवारी रंगीत तालीम आहे, त्याला या. जरा परिचयाची माणसं असली की बरं असतं.' वगैरे...वगैरे...वगैरे...वगैरे.

दोन तास बापटांच्या घरी मोडून, दोन रुपयांचा बिस्किटांचा पुडा तिथंच सोडून त्या उभयतांच्या उत्साहाचं वारेमाप कौतुक करून, लहान मुलांना सांभाळण्यासाठी घरात मोठी माणसं असली की आपल्या हौसामौजा कशा पुऱ्या करून घेता येतात ह्यावर भाष्य करून मी घरी परतलो.

सौ. म्हणाली,

'समोर बापटांचा मुलगा दिसल्याशिवाय पिशवीतून बिस्किटांचा पुडा काढायचाच नाही.'

रविवारी मी, आमचे आणखी एक परिचयाचे गृहस्थ श्री. नाईक ह्यांच्या घरी गेलो. पहातो तो त्यांच्या घरात पाहुणेच पाहुणे!

जरा वेळ तिथं बसताच सगळा मामला ध्यानी आला. नाईकांचा अमेरिकेला असणारा जावई आज आठ वर्षांनी हिंदुस्थानात, महिन्याच्या रजेवर आला होता. मग काय? पहिली पंचवीस मिनिटं अमेरिकेचं गुणगान, हिंदुस्थानला कचाकच शिव्या. मग त्यांच्या वय वर्ष तीन मुलाचं काव्यगायन झालं. काव्यगायन म्हणजे काय? तर शक्यतो तोंड वेडवाकडं करीत, काढता येतील तेवढे हेल काढीत, 'जॅक अॅड जिल वेण्ट अप् द हिल्'चं गायन.'

मग सगळ्यांच्या टाळ्या. 'ही इज व्हे ऽ ऽ ऽ ऽ री स्मार्ट' वगैरे कौतुक.

त्यानंतर तो फ्रीज कसा उघडतो, त्याला टेलिव्हिजनचा पण किती नॉशिया आलाय, फोनला तो हेडेक म्हणतो, वगैरे वगैरे पुराण झालं.

तेवढ्यात सौ. नाईक म्हणाल्या,

'अहो, आपण ह्यांच्या पिट्टूला आमंत्रण द्यायलाच विसरलो की.'

'खरंच की, बरं झालं तुम्ही आलात ते. नंतर चुटपुट लागून राह्यली असती. येत्या शुक्रवारी आमच्या नातवाचा वाढदिवस आहे.'

'तेव्हढ्यात नातू ओरडला, 'बर्थ डे.'

मग त्याचं कौतुक.

'तेव्हा पिट्टूला रात्री पाठवून द्या.'

– मी होय, म्हणत काढता पाय घेतला.

नातेवाईकांच्या नातवाचा वाढदिवस– नव्हे बर्थ डे– म्हणजे खलासच. दहा रुपयाला फोडणी दिली तरी त्या अमेरिकन नातवाच्या दर्जाला साजेशी वस्तू मिळायची नाही. बर्थ-डे चं चित्र मला दिसायला लागलं; विशेषत: अशा घरचं! सगळीकडे फुलं, पताका, फुगे बांधलेले, कोपऱ्यात फ्लॅशगनं घेऊन एखादा फोटोग्राफर उभा. मग ते मधे टेबल. त्याच्यावर तो केक. त्या मेणबत्या. तो आरडाओरडा. त्या पोराचे नाही नाही ते लाड. रुसवा फुगवा.

मग तो केक कापायचा.

बाकीच्या सगळ्यांनी तोंडाचे चंबू करीत 'हॅपी ब ऽ ऽ ऽ ऽ डे टू ऽ ऽ ऽ यू ऽ ऽ ऽ' असं हेल काढीत म्हणायचं.

मग टाळ्या.

आणि गोंधळ.

हे रीतरिवाज माहीत नसलेलं आपलं पोरगं एका कोपऱ्यात, अंग चोरून, भेदरून उभं रहातं. बर्थ ऽ ऽ ऽ ड्डे पार्टी असूनही त्या सोहळ्यात आपलं पोरगं, साथीवरचं

एखाद इंजेक्शन देण्यासाठी सार्वजनिक इस्पितळात नेऊन रांगेत उभं केल्याप्रमाणे केविलवाणं दिसतं.

त्यात आपलं पोरगं जरा अवखळ. पटकन् कुणाला तरी 'गाढव' म्हणायचं आणि एकदम 'कंट्री' ठरायचं. नकोच ते.

सोमवारी संध्याकाळी मी गेलो मग हर्डीकरांकडे, काकूंनी तोंड भरून स्वागत केलं. खूप दिवसात फिरकलो नाही म्हणून हजेरी घेतली.

पिट्टूची कळकळीनं चौकशी केली. त्याला जपायला सांगितलं. मुंबईत कसल्या कसल्या साथी आहेत म्हणाल्या.

आमच्या प्राथमिक, ख्यालीखुशालीच्या क्षेमकुशल गप्पा होईतो काकूंचा मोठा मुलगा त्याच्या दोन वर्षाच्या मुलाला घेऊन परतला.

घरात येताच त्या पोरानं भोकाड पसरलं. काकूंनी त्याला मांडीवर घेतलं.

'काय म्हणतात बाबा, डॉक्टर?''

काकूंनी चिरंजीवांना विचारलं.

'डॉक्टर म्हणतात, हा गोवरच आहे.'

आता विषय काढण्यात काही अर्थच नव्हता.

ओळखीची, नात्यातली घरं आता संपत आली होती. आता कुणी ह्या अशा कामाप्रीत्यर्थ आठवत नव्हतं.

प्रिमियर कॅन्सल करणं एवढा एकमेव उपाय राह्यला होता. गेल्या पाच दिवसांत, काही कमी पायपीट आणि खर्च झाला नव्हता.

शुक्रवार उजाडला. अर्थात त्या शुक्रवारचं आणि आमचं आता कसलंही नातं नव्हतं. संकेत नव्हता.

नेहमीप्रमाणे कामावर गेलो.

संध्याकाळी घरी परत येताना, मला अजून कुठंतरी वाटत होतं, की घरी गेल्यावर सौ. सांगेल, 'झाली पिट्टूची सोय' म्हणून.'

स्टेशनातून मी बाहेर पडलो आणि सहज समोर नजर गेली तर आमचा दोस्त वाडेकर.

ह्या प्राण्याचा मला ह्या प्रकरणात साफ विसर पडला होता. मी स्वत:लाच गचागच शिव्या हासडल्या.

वाडेकर हा असा एक प्राणी होता की त्याच्याकडे केवळ शब्द टाकण्याची खोटी होती.

मला अकारण तो त्याचं दैवत मानत होता.

मी मोठ्यांदा हाक मारली.

'वाडेकऽ ऽ ऽ र!'
तो थांबला.
जलद लयीनं चालत माझ्याजवळ आला. माझा हात हातात घेत तो म्हणाला,
'तुझा विश्वास बसणार नाही, पण तुझ्याकडे निघालो होतो मी.'
'चल, चल, खूप दिवसांनी भेटलास.'
घरी येताच मी सौ. ला नुसता चहा नव्हे तर चहाबरोबर काहीतरी खायला करायला सांगितलं.
सौ. कामाला लागली.
मधेच एकदा आत जाऊन मी माझा मनसुबा जाहीर केला.
'वाडेकरांच्या ताब्यात देऊ या पिट्टूला. जरा पोहे वगैरे मस्त होऊ देत.'
मग मी खुषीत येऊन वाडेकरशी गप्पा सुरू केल्या. चहा-पोहे झाले.
मग वाडेकर म्हणाला,
'मी तुझ्याकडे यायला का निघालो होतो, हे तू मला विचारलं नाही.'
'त्यात काय विचारायचं? वुई आर फ्रेण्ड्स. केव्हातरी सवड काढून भेटावंसं वाटतंच की.'
'नाही, तसं तुझं म्हणणं खोटं नाही. पण माणूस तसा फार स्वार्थी असतो.'
'डोण्ट वरी. तुझं काम सांगून टाक. काम निघाल्यावर तुला माझी आठवण झाली असा मी आरोप करणार नाही.'
'नको मला सांगायला संकोच वाटतो. त्यात तू आज असं जोरदार स्वागत केलंस, मला अगदी लाजवून टाकलंस.' वाडेकर म्हणाला.
इथं मला माझी लाज वाटली. मी मनात म्हणालो, स्वार्थ कुणाला सुटलाय बाबा. माझा मुलगा तुझ्या गळ्यात अडकवण्यापूर्वी मी तुला जरा खूष केला...
'वाडेकर, तू लेका काहीतरी विचार करतोस. वाटेल त्या अलबत्या-गलबत्याचं का कुणी स्वागत करतो? तू काम सांग मोकळेपणी.'
'आज रात्री माझा सिनेमाला जाण्याचा प्लॅन होता.' वाडेकर म्हणाला.
'बेस्ट आयडिया!' मी आत्मसंयमन करीत म्हणालो.
'तुम्ही येता? आपण एकदम जाऊ.' वाडेकर म्हणाला.
'सॉरी. मुलाचा प्रॉब्लेम.' मी म्हणालो.
'तसा मुलाचा प्रॉब्लेम माझ्याही घरी आहे. माणूस स्वार्थी असतो असं म्हणालो एवढ्याचसाठी.'
'म्हणजे कसा?'
'तू आजची रात्र आमच्या राजाला सांभाळशील का हे विचारण्याकरता मी आलो होतो. गेल्या अडीच वर्षांत आम्ही दोघांनी सिनेमा पाह्यलेला नाही. आज फार

म्हणजे फारच सणक आली.'
'जरूर जा. मुलाची काळजी करू नकोस.' मी म्हणालो.
वाडेकरचा चेहरा एकदम टवटवीत झाला. त्याला त्याचा आनंद लपवता येईना. त्यानं माझे दोन्ही हात धरून घट्ट दाबले. तो म्हणाला,
'राजाची सोय करण्यासाठी मी गेले दहा दिवस वणवण भटकतोय–'
'आय कॅन इमॅजिन.' मी एवढंच बोललो. सौ. नं बाहेर येत विचारलं,
'भावजी, कोणता सिनेमा?'
'वहिनी, मिळेल तो. सिनेमाला महत्त्वच नाही. इथंच एक प्रिमियर आहे. ब्लॅकने तिकीटं सहज मिळतील त्याची. आज पैशाचा हिशोब करायचा नाही असं म्हणतोय.'
मी काही क्षण विचारात पडलो. पण तेवढ्यात सौ. म्हणाली,
'भाऊजी, तुमची आणखी एक विवंचना आम्ही आज दूर करू शकतो.'
मला तेवढी 'हिंट' पुरेशी होती.
मी उठलो.
ती जपून ठेवलेली, गुलाबी गुळगुळीत इन्व्हिटेशन्स मी वाडेकरच्या हातात ठेवली.
'हे आजच्या प्रीमियरचे पास, यू कॅन गो ॲण्ड एन्जॉय.'
'अरे पण, हे तुम्हाला आलेलं आमंत्रण...'
'वुई आर इन डिफीकल्टीज. डिफीकल्टी नंतर सांगेन, तू बिनघोरपणे जा. जाताना राजाला इथं सोड. पिट्टूशी तो चांगला खेळेल.'
'मला तू आज पुरतं पुरतं लाजवलंस.'
'भावजी, आपण ते सगळं नंतर बोलू. तुम्हाला उशीर होतोय.'
वाडेकर धावतच गेला मग.
तासाभरात वाडेकर बायकोला आणि मुलाला घेऊन परतला.
पिट्टूचा सगळा खेळ आम्ही राजासमोर ओतला. वाडेकर जाणार तेवढ्यात सौ. म्हणाली,
'वहिनी, थांबा. तुम्हाला मी माझी नवी साडी देते. तुम्ही तिची घडी मोडा. आज प्रिमियर आहे. माझ्या साडीकडे कितीजण बघतात ते मला उद्या सांगा.'
सौ. नं वाडेकरच्या बायकोला हट्टानं तिची साडी नेसायला लावली.
वाडेकर त्याच्या 'वहिदाला' घेऊन गेला. घरात राजाचा आणि पिट्टूचा प्रिमियर रंगात आला होता आणि आम्ही 'बाल्कनीत' उभं राहून तो पहात होतो.

□

नऊवारी, सातवारी, पाचवारी, टक्केवारी

	सोमवार	मंगळवार	बुधवार	गुरुवार	शुक्रवार	शनिवार
		१	२	३	४	५
६	७	८	९	१०	११	१२
१३	१४	१५	१६	१७	१८	१९
२०	२१	२२	२३	२४	२५	
२७	२८	२९	३०	३१		

पुरुषांना पोटाची भूक अधिक का शरीराची भूक अधिक? – असा भला मोठा प्रश्न केलेलं ते हँडबिल माझ्या दारात येऊन पडताच, ते हातात न घेता मी ओळखलं, की हा उपद्व्याप सुदर्शन मराठेचा! दुसऱ्या कुणाला साधणारच नाही. अर्थात त्याबरोबर हेही खरंच, की दुसऱ्या कुणाला, हे असं काही आपल्याला साधावं अशी इच्छाच होणार नाही. सुदर्शन मराठेचा जन्मच ह्या असल्या उपद्व्यापासाठी! मॅट्रिक होईपर्यंत ह्या बाळाचं आणि त्याच्या आईवडिलांचं दैव एकंदरीत बरं होतं. सगळे शुभाशुभ ग्रह मार्गी होते, पण नंतरच्या महाविद्यालयीन शिक्षणात 'स्टॅटिस्टिक्स' नावाचा 'राहू' सुदर्शनच्या पत्रिकेत उपटला आणि 'सुदर्शन मराठे' एकाएकी वक्री झाला. त्याला मग जळी-स्थळी-काष्ठी पाषाणी स्टॅटिस्टिक्स दिसत राहिलं. त्या एका विषयाखेरीज त्याच्या डोक्यात व तोंडात दुसरा विषय नव्हता. ते स्वत:चं वेड पुरं करून घेण्यासाठी त्या पठ्ठ्यानं कॉलेज सोडलं. मी त्याला हटकलं तेव्हा खिशातून लहानशी चोपडी काढत तो म्हणाला, 'बारा टक्के लोक कॉलेज सेकंड इयरला सोडतात. अठरा टक्के लोक हाच विषय घेऊन थर्ड इयरला विचार बदलतात. उरलेल्या लोकांत वीस टक्के लोक स्टॅटिस्टिक्स घेऊन बी.ए. होतात, पण नंतरच्या आयुष्यात आपण हा विषय घेतला होता हेही विसरून जातात.'

'बरं, पण आता तू काय करणार आहेस?' मी विचारलं.

'स्टॅटिस्टिक्स.' तो गंभीर होऊन म्हणाला. पुढं खोलात जाऊन विचारण्याचा मला धीर झाला नाही. कारण तो परत काही आकडेवारी तोंडावर फेकेल ही धास्ती होती.

सुदर्शन मराठेची व माझी ओळख कशी व्हावी? तोही एक योगायोग होता. मी व माझा मित्र एके दिवशी चाललो होतो. दिवस पावसाळ्याचे होते. आमच्या दोघांच्या हातात छत्र्या होत्या. आमच्या समोरूनच एक बाई प्लॅस्टिकचा रेनकोट घालून चालली होती, सामान्यत: बायका जेवढ्या उंच असतात, त्यापेक्षा का

कुणास ठाऊक, मला ही बाई जास्त उंच वाटली. तिच्या पाठमोऱ्या आकृतीकडे पहात मी चाललो होतो व एकीकडे मित्राशी बोलत होतो. चालता चालता ती बाई व आम्ही स्टेशनात आलो. आम्ही छत्र्या मिटल्या व त्या बाईने रेनकोट काढण्याअगोदर, रेनकोटला जोडलेली जी टोपी असते ती डोक्यावरून दूर केली आणि मला प्रचंड धक्का बसला.

–तो एक पुरूष होता.

त्यानं शांतपणे त्या बायकी रेनकोटची घडी केली व हातावर घेतली. माझा असा 'मोरू' झालेला पाहून माझा मित्र मनापासून हसला.

'हसतोस काय?

'मग काय रडू?'

'कोण रे तो?' मी सहज विचारलं. मित्राची व त्याची ओळख असेल, ह्याची मला कल्पनाच नव्हती. तो पटकन् म्हणाला,

'स्टॅटिस्टिक्स मराठे.'

'म्हणजे काय?'

'म्हणजे सुदर्शन मराठे; म्हणजेच काय ते तुला लवकर कळेल.'

–आमचा हा संवाद पुरा होईतो तो गृहस्थ आमच्याजवळ आला व माझ्याकडे पहात माझ्या मित्राला म्हणाला,

'शेकडा आठ टक्के लोक माझ्या ह्या वेषाकडे चमकून पाहतात. साठ टक्के लोक चेष्टा करतात. बारा टक्के लोक गॅदरिंगमध्ये फिशपाँड देतात. बत्तीस टक्के लोक पाठीमागून पाहिल्यावर मी बाई असेन ह्या कल्पनेने धक्का मारून पुढे जातात. बत्तीस टक्क्यांपैकी केवळ तीन टक्के लोक मला धक्का मारल्यावर चेहऱ्याकडे बघण्याचं धाडस दाखवतात आणि स्वत:चा मोरू करून घेतात. बाकीचे गर्दीत मिसळून दिसेनासे होतात.'

माझ्या मित्रानं माझ्याकडे पाहून– 'समजलं तुला?' असा आविर्भाव केला तेवढ्यात मराठेनं विचारलं,

'हे कोण?'

माझ्या मित्रानं आमची ओळख करून दिली. खिशातून एक लहानशी डायरी काढत सुदर्शन मराठे म्हणाला,

'शेकडा २१ टक्के लोकांचा परिचय प्लॅटफॉर्मवर होतो. ११ टक्के लोकांच्या ओळखी एखाद्या लग्न, मुंज-कार्यात होतात, त्यातल्या दहा विसरल्या जातात. ३९ टक्के लोकांच्या ओळखी...' तेवढ्यात गाडी आली आणि सुदर्शन मराठे ती पकडण्यासाठी, हातावरचा लेडीज रेनकोट सावरीत पळत सुटला.

ही त्याची व माझी पहिली ओळख! त्यानंतरची गाठ एका हॉटेलातली!

मी त्याच्याकडे पहात होतो. तो पण माझ्याकडे पहात होता. माझ्यासमोरच्या खुर्चीवर बसता बसता तो म्हणाला,

'शेकडा अठरा टक्के लोक एकदा झालेली ओळख पक्की लक्षात ठेवतात. बाकीचे

विसरतात.'

मी लगेच शेकहँडसाठी हात पुढे करीत म्हणालो,

'करेक्ट! तुम्ही स्टॅटिस्टिक्स मराठे! करेक्ट?''

'येस्.'

'आता तुम्ही इथं कसे? कॉलेज?'

माझ्या ह्या प्रश्नावरच तो म्हणाला, 'मी कॉलेज सोडलं.'

'कॉलेज सोडलं?–मग आता तुम्ही काय करणार?

'तुम्ही? –अहो, तुमच्यापेक्षा मी बराच लहान आहे. मला सरळ 'तू' असं एकेरी म्हणा.'

'हो. पण काय करणार आहात?'

'तसं नाही. काय करणार आहेस?'

'बरं बरं, तसं म्हणू– काय करणार आहेस?'

त्यावर सुदर्शन मराठे म्हणाला होता, 'आता स्टॅस्टिटिक्स करणार.'

त्या उत्तरावर मला खोलात चौकशी करण्याचा धीर झाला नाही.

त्यानंतर खरोखरच तो असलेच उपद्व्याप करीत राहिला. चारपाच महिने नोकरी करायची आणि जमलेल्या पैशावर कसला तरी प्रचंड प्रयोग करून कुठल्यातरी दैनिकांच्या अंकात, चौकटीत आकडेवारी प्रसिद्ध करायची. भुताटकीनं झपाटलेला एखादा माणूस बरा होईल, पण स्टॅटिस्टिक्सने झपाटलेला सुदर्शन तसाच राहणार हे स्पष्ट दिसत होते.

एकदा मात्र तो असाच प्लॅटफॉर्मवर, ऑफिसची वेळ असताना भेटला. त्याच्या गळ्यात एक शबनम पिशवी होती. अंगात झब्बा, लेंगा होता. मुळात उंची जास्त असल्यामुळे, शरीरयष्टी किरकोळच असल्यानं त्या वेषात तो कसातरीच वाटला. मी समोर जाताच त्यानं एक रंगीत कागद माझ्या हातात ठेवला. मी तो कागद वाचू लागलो. त्यात पुढील मुख्य प्रश्न होते.

१) आपण किती वारी पातळं नेसता? नऊवारी? सातवारी? पाचवारी? सहावारी?

२) कोणती पातळे वापरता? खादी? मिल्सची? कॅलीक्वीन? अरविंद? वायल्स? नागपुरी? इचलकरंजी? चौकडीची? डफळा? किरणकाठ? करवतकाठ? इंदुरी? वॉश अँड वेअर! नायलॉन? ड्रॅलॉन? इरकली? –

३) पाच-सहावारी पातळात पेटीकोट कोणता वापरता? पातळाच्या रंगाचा? की

सफेद? सफेद परकर घरी धुता की लाँड्रीत?

अशाच तऱ्हेचे नऊ प्रश्न होते. पुढे होऊन सुदर्शनने अनेक मुलींना पत्रके घ्यायला लावली. गाडी निघून गेल्यावर तो माझ्यासमोर येऊन उभा राहिला. मी म्हणालो,

'काय रे बाबा, मुली वाचतात का हे सगळं?'

'शेकडा वीस टक्के मुली न वाचता हँडबील लगेच टाकून देतात. बारा टक्के मुली वाचून फेकून देतात. आठ टक्के मुली एकमेकींत चर्चा करतात. वीस टक्के मुली नंतर पाहू म्हणून पर्समधे ठेवतात आणि मग शेवटी वाचायचं विसरतात. महिन्यातून जेव्हा एकदा पर्स स्वच्छ करतात, तेव्हा असले कागद फेकून देतात. दहा टक्के मुली हँडबील हातातच घेत नाहीत, पुढे केलं तरी.'

'अरे, मग राहिल्या किती?' मी मधेच विचारलं.

'तीस टक्के तरी उरतात. प्रामाणिकपणे सगळ्या प्रश्नांची उत्तरं कळवतात. तेवढ्यावरून सहज अंदाज बांधता येतो. तीन हजार हँडबील छापून घेतली आहेत. ती आता दिवसभर वाटणार. कमीत कमी नऊशे मुली उत्तरं पाठवतील, माझ्या हिशोबाप्रमाणे.'

'अरे, पण ह्या असल्या आकडेवारीचा उपयोग तरी काय?'

'उपयोग?' त्यानं एवढंच बोलून माझ्या प्रश्नातली तुच्छता मला दर्शविण्याचा प्रयत्न केला, पण नंतर माझा प्रश्न उपेक्षणीय नाही असं वाटून तो पुढे म्हणाला,

'उपयोग आज ना उद्या होईल. हे असलं कार्य मी ह्या शतकासाठी नाहीच करत. आणखीन पाचशे वर्षांनी जेव्हा आजचा इतिहास लिहिला जाईल, तेव्हा माझ्या ह्या आकडेवारीचा निश्चित, एखाद्या इतिहाससंशोधकाला उपयोग होईल. लवकरच मी माझ्या आजवरच्या कार्याचा कोश प्रसिद्ध करणार आहे. त्यात हे सगळं येईल.'

त्याला डिवचायचं म्हणून मी म्हणालो,

'पण पातळांचा आणि कोशाचा काय संबंध? ह्या माहितीनं ज्ञानात काय भर पडणार?'

'विसाव्या शतकात ह्या ग्रंथाचा नाहीच उपयोग! पण आणखीन पाचशे वर्षांनी पहा ह्या माहितीचं मोल! चालू शतकातल्या लोकांची संस्कृती ह्या कोशामुळे समजेल.'

'पातळावरून संस्कृतीचा शोध?'

'अलबत, तुम्ही काय नेसता ह्यावर तुमची संस्कृती मोजली जाते. सध्याचा काळ असाच विपरीत आला आहे. आज फूटपाथवर परकर, ब्रेसियर्स विकायला आल्या आहेत. बायका स्वत:च्या मापाची ब्रेसियर रस्त्यावरच्या फालतू माणसाकडून

विकत घेतात. विसाव्या शतकातल्या माणसांची-बायकांची, ही संस्कृती होती हे कळेल आणखी पाचशे वर्षांनी.'
'पातळावरून ब्रेसियर्सचा प्रश्न कुठे आला?' मी त्याला मधेच अडवलं, पण तो डरला नाही. तो म्हणाला,
'पातळापासून सुरुवात केली आहे. हळूहळू मी ब्रेसियरला हात घालणारच आहे.'
तेवढ्यात आणखीन एक लोकल आली. सुदर्शन हँडबीलं वाटण्यासाठी धावला आणि मी काढता पाय घेतला.
त्यानंतर तो असाच अधूनमधून भेटत राहिला. असलेच प्रयोग करीत राहिला. जेव्हा जेव्हा तो भेटायचा, तेव्हा तेव्हा हातात कसलं ना कसलं तरी पत्रक असायचंच. आठ- पंधरा आठ-पंधरा दिवसांनी स्थानिक कार्यक्रमात त्याचं नाव हमखास झळकायचं ते व्याख्यानाच्या निमित्तानं! आजवर मी त्याचं एकही व्याख्यान ऐकलं नव्हतं. पण कुठं तरी व्याख्यानाची बातमी किंवा उल्लेख आला की तो ते कात्रण मला पाठवायला विसरत नसे.
मात्र आजचं हे हँडबील मोठं और होतं! माणसाला पोटाची भूक जास्त की शरीराची?
ह्या असल्या प्रश्नांची उत्तरे हँडबील वाटून गोळा होणार नव्हती. मग सुदर्शन ह्या प्रश्नाचं स्टॅटिस्टिक्स कसं काय सिद्ध करणार ह्याची मला हूरहूर लागली.
पण एका रविवारी तो मला भेटला. त्याच्यामागे एक पाटीवाला होता व त्याच्या डोक्यावरच्या पाटीत सुमारे दोन डझन उंदरांचे सापळे होते.
'काय बाबा, हा काय प्रकार आता?' मी विचारलं.
'तुमच्या घरात हँडबील नाही पडलं? त्यानं विचारलं.
प्रश्न विचारता विचारता त्यानं ते हँडबील मला दाखवलं. खिशातून काढून!
'मिळालं हे!' मी म्हणालो.
'मग त्याचाच हा प्रयोग आहे.' सुदर्शनने खुलासा केला. माझा प्रश्नार्थक चेहरा पाहून तो पुढे म्हणाला,
'माणसाला कोणती भूक अधिक, याचं उत्तर कोणी प्रामाणिकपणे देईल का?'
'नाही देणार. कारण प्रश्न भयंकर आहे.' मी म्हणालो.
'हो, पण तेवढाच निकडीचा आहे.'
'कसा काय?'
'ह्या प्रश्नावरच देशाचं भवितव्य आहे. ह्या प्रश्नाचा निकाल लागला की पुढाऱ्यांपुढे असलेला प्रश्न सुटेल. जनतेला अगोदर काय हवं ते त्यांना लगेच कळेल.'
'पण कसं काय?'
सुदर्शन आवेशानं म्हणाला,

'मी काय करतो माहीत आहे? ऐक. मी हजार उंदीर गोळा करणार. पाचशे केव्हाच पकडून झाले आहेत. पिंजरे कमी पडले, ते आता घेतले. हजार उंदीर जमले की त्यातले नर व मादी बाजूला काढणार. मग त्यातल्या नरांना आठ ते दहा दिवस उपाशी ठेवणार. त्यानंतर सुमारे आठ फूट बाय सहा फूट एवढा मोठा पिंजरा करून, एका वेळेला एक उपाशी उंदीर पिंजऱ्यात सोडणार. पिंजऱ्याच्या एका कोपऱ्यात खाद्यपदार्थांची बशी असेल. दुसऱ्या कोपऱ्यात एक उंदरीण असेल. अशा परिस्थितीत उंदीर अगोदर बशीकडे जातो का उंदरिणीकडे जातो ते पहाणार.'

'उंदरावरून माणसांचा निष्कर्ष?'

'होय. उंदीर हा कमीत कमी डोक्याचा प्राणी म्हणून. हाच प्रयोग मी मग माझ्या ह्या विषयाच्या व्याख्यानाच्या वेळेला जाहीररित्या करून दाखवणार व माझ्या विधानातील अचूकपणा लोकांना पुराव्यानिशी दाखवणार.'

सुदर्शनाच्या प्रयोगाचा मनाशी विचार करीत करीत मी घरी आलो. त्यानंतर आठच दिवसांनी सुदर्शनचे एक पोस्टकार्ड घरी येऊन थडकले. त्यावर मोजक्याच ओळी होत्या– 'प्रयोग यशस्वी. पाचशे उंदरांपैकी ४८८ उंदीर अगोदर बशीकडे पळाले. कोपऱ्यातल्या उंदरिणीकडे त्यांनी पाहिलंही नाही. भाषणाला या–'

त्यानंतर घरी आलेल्या हँडबिलावर व्याख्यानाचा विषय– सनसनाटीपूर्ण माहिती, दिवस व जागा छापलेली होती.

–मैदान गच्च भरलं होतं. लोकांची उत्सुकता शिगेला पोचली होती. विषयच तसा होता. व्यासपीठावर मोठा पिंजरा मांडलेला होता. त्यावर मोठमोठे प्रकाशझोत टाकलेले होते.

सुदर्शन मराठेने विषयाची मांडणीही चांगली केली. लोकांनी बराच वेळ प्रतिसादही बऱ्यापैकी दिला. त्यानंतर तो उंदरांवरचा प्रसिद्ध प्रयोग सुरू झाला. एकेक उंदीर पिंजऱ्यात जात होता आणि उंदरिणीकडे न पाहता बशीकडे धावत होता. प्रत्येक वेळी बशी बदलण्यात येत होती. हा प्रयोग करण्यात सुदर्शनचे असिस्टंट त्याला मनापासून मदत करीत होते.

हे सगळं व्यवस्थित चाललं होतं. मधेच सुदर्शनने विचारलं,

'कुणाला काही शंका, प्रश्न विचारायचे आहेत का?'

त्याबरोबर कुणीतरी उभं राहून एक प्रश्न विचारला. मला तो व्यवस्थित ऐकायला आला नाही, पण एकाएकी सुदर्शन मराठे खाली बसलेला दिसला आणि पाठोपाठ लोक त्याच्या अंगावर धावलेले दिसले. कुणी बटाटे मारले, कुणी अंडी भिरकावली. नाना तऱ्हा झाल्या. त्या दंगलीत आपल्याला काही व्हायला नको म्हणून मीही पळत सुटलो.

सभा संपूर्णतः उधळली.
सुदर्शन मराठेला भेटायला मी हॉस्पिटलमधे गेलो. तो आज जरा बरा दिसत होता. अजून हाताला व डोक्याला पट्ट्या होत्याच.
तशाही अवस्थेत तो म्हणाला,
'शेकडा अठरा टक्के लोक बटाटे मारतात. ५८ टक्के लोक मांडवाची नासधूस करतात. २० टक्के लोक खुर्च्यांची मोडतोड करतात. पाच टक्के लोक अंडी मारतात.'
मी म्हणालो, 'डोक्याला त्रास करून घेऊ नकोस आता.'
तो म्हणाला, 'डोक्याला त्रास द्याचा नाही होत. हे शेवटचे आकडे मित्रांनी गोळा केलेत. ते चुकीचे असतील. मी लवकरच खरी टक्केवारी काढीन शोधून. ज्यांच्या सभा नेहमी उधळतात, त्यांना ह्या आकड्यांचा उपयोग होईल. तेव्हा दुःख ह्याचं नाही, पण ज्याने प्रश्न विचारून सभा उधळून लावली, त्याला स्टॅटिस्टिक्स कशाशी खातात हे माहीत नाही, त्याचं दुःख आहे.'
–मला तो प्रश्न तेव्हाही समजला नव्हता. मी विचारलं, 'पण काय रे सुदर्शन, त्यानं असं विचारलं तरी काय?'
सुदर्शन सांगू लागला,
'त्याने विचारलं, उंदराच्या समोरची खाण्याची बशी बदलून दाखवलीत. तशी ती कोपऱ्यातील उंदरीण तरी केव्हा बदलणार? तिच्यावर सगळं अवलंबून आहे.'
□

आयत्या ब्लॉकवर नागोबा

	सोमवार	मंगळवार	बुधवार	गुरुवार	शुक्रवार	शनिवार
		१	२	३	४	५
६	७	८	९	१०	११	१२
१३	१४	१५	१६	१७	१८	१९
२०	२१	२२	२३	२४	२५	
२७	२८	२९	३०	३१		

आई दूध तापवीत होती. स्टोव्हवर दूध नुकतंच ठेवलं होतं. ते वरती यायला अवकाश होता. दादा आपल्या खोलीत कपड्यांना इस्त्री करीत होते. आमचा घरगडी 'गणू'. त्यानं दादांच्या कपड्यांना सांगूनही इस्त्री केली नव्हती, म्हणून ते आत्ता इस्त्रीपेक्षाही गरम झाले होते. आमचा विनूदादा नेहमीच उशीरा अंघोळ करतो– अगदी पानं घ्यायची वेळ आली म्हणजे! त्याशिवाय, झालंच तर आमची मावशी! ती सारखा कुणाला ना कुणालातरी फोन करीत असते. फोनवर बोलायचं काय ह्याचा तिला प्रश्न पडत नाही. मासिकांतले विनोदही वाचून दाखवील केव्हा केव्हा! विनूदादानं बादली भरत लावली आहे आणि एकीकडे तो महंमद रफीच्या नव्या गाण्याची चाल साधते का बघतोय. महंमद रफीनं ती चाल चुकून ऐकली तर आठ दिवस तो शुद्धीवर यायचा नाही! आमच्या घरातल्या ह्या सर्व मंडळीत चांगला आहे तो फक्त श्रीमामा! पण तो कधी घरात नसतो. तो सारखे पाहुणे गोळा करीत असतो. त्याचे पाहुणेही मोठे अजब! मागच्या महिन्यात त्यानं एक गवई आणला. तो होता म्हणे इंदूरचा. एके दिवशी रात्री त्याचा जलसा आमच्या घरी झाला. आम्ही हौसेनं आसपासच्या लोकांना बोलावलं. पण त्याचा तो जलसा ऐकल्यापासून मला आमचा विनूदादा खरोखरच 'रफी' वाटायला लागलाय. आसपासच्या लोकांनी त्या जलशाचा एवढा धसका घेतला की, महिनाभर कुणीही फुकट फोन करायलाही आमच्याकडे आलं नाही.

–फायदा हा एवढाच!

पण तरीदेखील श्रीमामा मला आवडतो. आज तो आणखी एका पाहुण्याला घेऊन आला. हा पाहुणा म्हणजे कोण? तर प्रसिद्ध जादुगार पी. मारोतराव. हा म्हणे काय काय करतो! ब्लेड्स, कात्र्या, तरवारीची पाती, काचा– सगळं खाऊन दाखवतो. हा आमच्याकडे नुसता उतरलाय्. जेवायचं नाही असं सांगून बाहेर

गेलाय. साहजिकच आहे. एवढ्या वस्तू खाल्ल्यावर भूक कशी रहाणार?

त्या जादूगाराला मला खूप सांगायचंय्. त्याला काही मंत्र येत असेल तर मी तो शिकून घेणार आहे. दादा जर मारायला लागले तर त्यांनी वर उगारलेला हात वरच रहायला हवा! त्याशिवाय आत्या!...

अरे हो! तिचं राह्यलंच! छू ऽ मंतर करून मी तिला बारीक करणार आहे. ती तुफान लठ्ठ आहे! किती म्हणून सांगू? आमच्या वर्गातल्या बाळूला मी एकदा तिचा फोटो दाखवला, तेव्हा त्यानं मला विचारलं, 'आत्याच्या मागं कोण बसलंय?' तशी मी सांगितलं, 'छे:! ती सगळी आत्याच आहे!'

घरातली सगळी माणसं आत्याला बैठी कामं सांगतात. कारण तिला उभं रहायलाच तीनचार मिनिटं लागतात. मग ती बसल्याबसल्या बटणं शीव, धान्य निवड, आमचा (म्हणजे माझा आणि विजयचा) अभ्यास घे, असली कामं करते. माझं नाव जय. आणि माझ्या भावाचं नाव विजय. आम्ही म्हणे जुळी मुलं आहोत. असेल, तसंही असेल. पण विजयला अक्कल नाही!

कशी ते पहा–

मी त्याला म्हणालो, 'जादूगाराच्या सामानाला हात लावू नकोस.'

तो म्हणाला, 'त्याला काय समजणार आहे?'

मी म्हणालो, 'हो! तो जादूगार आहे. त्याला सगळं समजतं!'

त्यावर विजय म्हणतो, 'तेच मला पाहायचं आहे!'

त्या पी. मारोतरावनं आपलं सगळं सामान श्रीमामाच्या खोलीत, त्याच्या पलंगाखाली सरकवून ठेवलं होतं. विजय त्याच्या खोलीत गेला. पी. मारोतराव तासा-दोन तासानं सामान न्यायला येणार होता. तो आम्हाला जादूचे प्रयोग थिएटरात नेऊन नक्की दाखवणार होता. मग कशाला त्याच्या सामानाला हात लावायचा?

मी बाहेरच थांबलो. मी अजिबात आत जाणार नव्हतो. पण तेवढ्यात विजय आतून ओरडला. 'आयला! जया, सापाची टोपली! लवकर ये!'

आता सापाची टोपली पहायला नको का? मी आत गेलो. विजयला चिडवायचं म्हणून मी म्हणालो,

'हँ:! नुसती टोपली कसली पहायची?'

'आपण आतला साप पाहू या!'

'साप नसतोच; नाग असतो.'

'पाहू या, पाहू या!'

'छल्‌ ! मरायचं आहे? चावेल तो!'

विजय गप्प बसला. जरा वेळानं तो पुन्हा म्हणाला,

'आपण पलंगावर पालथे पडू या. थोडंसं झाकण उचलायचं, पहायचं आणि

पटकन् झाकण सोडून द्यायचं!'

मलाही ते पटलं. मग आम्ही दोघं पलंगावर पालथे पडलो. पायांनी भिंतीला रेट दिला आणि अर्धे खाली वाकलो. विजयनं टोपलीच्या झाकणाला हात घातला– आणि मग काय झालं कुणास ठाऊक! विजय जो पडला तो नेमका त्या टोपलीवरच. तो मोठ्यांदा ओरडला. मीही उडी ठोकली आणि खोलीबाहेर धावलो. पाठोपाठ विजय आला.

पॅसेजमधून आम्ही धावत आलो ते आत्याजवळ!

'काय रे पोरट्यांनो! काय दिवे लावलेत?'

'आत्या! आत्या! नाग! नाग! साप!...'

'कार्ट्यां! कुठाय्?' आत्या किंचाळली.

'टोपलीतून बाहेर पडलाय्!'

'कसली टोपली?'

'त्या जादूगाराची.'

आत्यानं एक प्रचंड आरोळी ठोकली. दादा इस्त्री टाकून आले. आई आली. अंघोळीला जायचं सोडून विनूदादाही आला. फोन टाकून मावशी आली.

मग प्रचंड गोंधळ झाला.

'विन्या! ते पॅसेजमधलं दार लाव आधी!' आई ओरडली.

'मी नाही! मी नाही!' विनूदादा भेदरून म्हणाला.

'मी लावू आई?' मी विचारलं.

'कार्ट्यांनो! तिकडे गेलात कशाला तडफडायला?' असं ओरडून आई आमच्या अंगावर धावून आली.

तेवढ्यात दादा मधे पडून म्हणाले,

'अहो, रागावण्यात वेळ घालवू नका. त्या नागाचा आधी विचार करा! दूध प्यायला तो आधी स्वैपाकघरात जाईल.'

'अग बाई ऽ ऽ ऽ! माझं दूध स्टोवर आहे!' आई ओरडली आणि आत धावण्याचा प्रयत्न करू लागली. पण तेवढ्यात दादांनी तिचा हात धरून तिला ओढलं. ते म्हणाले,

'अहो, तुमच्यापेक्षा ते शेरभर दूध जास्त नाही. दूध जाईल थोडं उतू आणि मग स्टो आपोआप विझेल.'

तेवढ्यात विजयनं शांतपणं विचारलं, 'दादा, तो नाग आता काय करीत असेल हो?''

विनूदादा मधेच म्हणाला, 'आपला हा सगळा ब्लॉक पहात असेल.'

'मी तर अश्शी बसलेय्! तो पॅसेजमधे आलेला नाही.'

'इकडून कशाला येईल तो? मधलं दार उघडंच आहे.'
'हो ना! नागाला नेहमी ऊब हवी असते. तो त्या गरम इस्त्रीजवळ जाऊन बसेल.'
इस्त्रीचा विषय निघताच दादा एकदम धावले. त्यावेळी विनू मधे पडला. दादांना अडवीत म्हणाला, 'दादा, तुम्ही जाऊ नका. तिकडे काहीही होऊ दे! तो तुमच्याच खोलीत गेला असेल! मी मेन स्विच बंद करतो, म्हणजे इस्त्री बंद पडेल.'
तेवढ्यात आई म्हणाली, 'वन्सं, तुम्ही पलंगावर बसा. तो जर आलाच इकडे, तर तुम्हाला पटकन् उठता येणार नाही.'
आत्याबाई त्यातल्या त्यात चपळाईनं उठल्या. पण पलंगावर न बसता त्या डायनिंग टेबलावर बसल्या. पलंगापेक्षा टेबल उंच होतं म्हणून ते जास्त सुरक्षित वाटलं त्यांना! आत्याबाईंना टेबलावर बसवायला मदत म्हणून दादा पुढे गेले आणि तीच संधी साधून दादाही तिच्याजवळ, टेबलावरच बसले. दादा शेजारी बसताच आत्याबाई म्हणाली,
'अरे, त्या पोरांना आधी जवळ घे.'
आम्ही उड्या मारून टेबलावर बसलो.
विनूदादानं तर कमालच केली! डायनिंग टेबलावर खुर्ची ठेवून त्यानं तिथल्या माळ्यावर उडी मारली. त्याच्यावरची धूळ न झटकता तो फतकल मारून बसला आणि म्हणाला,
'आता मला बिलकूल भीती नाही!'
'विन्या, एवढ घाबरायला काय झालं?' पण असं म्हणतानाच दादांचा डावा हात कापायला लागला.
विन्या म्हणाला, 'मला साडेसाती आहे. अपघाती मृत्यूची भीती आहे.'
मावशी खेकसून म्हणाली, 'बावळ्या! वरून पडलास आणि काही करून घेतलंस तर?'
तेवढ्यात दूध उतू गेल्याचा वास आला. स्टो बंद झाला. मावशीनं लावलेला रेडिओ, नको असणाऱ्या हिंदी बातम्या सांगू लागला. आणि तेवढ्यात मावशी ओरडली,
'ते पहा!...ते पहा!'
आई एकदम टेबलाजवळ आली आणि आत्याबाईंच्या मागं लपून गेली. कोरड्या आवाजानं दादांनी विचारलं,
'काय?...काय?'
मावशी हसत म्हणाली, 'ह्या विन्यानं बादली भरत लावली होती. ती वहाते आहे. पॅसेजमधे पाणी आलंय्. ते पाणी आता श्रीमामाच्या खोलीत चाललंय.'

'दादा, आता नागोबा आपोआप बाहेर येईल ना?'
'विन्या उतर खाली! नळ बंद कर!' दादा ओरडले.
'तो खाली उतरेपर्यंत मी नळ बंद करून येईन. मला नाग काय करील?'
विनादादा वरूनच म्हणाला, 'आत्याबाई तुला नाग काही करणार नाही. तुझ्या पायाखाली तो कशाला आत्महत्या करायला येईल?'
'खाली उतर! मग सांगते!'
तेवढ्यात कपडा करपल्याचा वास यायला लागला.
'दादा, कसला तरी वास येतो.' मी म्हणालो.
'त्या मेल्या जादूगारानं आणखी काय काय आणलंय त्या सामानात देव जाणे! त्याचीच काहीतरी घाण येत असेल.' मावशी म्हणाली.
'तुम्ही श्रीला एकदा ताकीद द्या. तुमचा भाऊ, त्यामुळे आम्ही गप्प बसतो. सारी दुनिया एक तरफ, जोरूका भाई एक तरफ!' दादांनी नेहमीचं वाक्य ऐकवलं.
'आणि स्वत:ही बेपत्ता झालाय्! तो असता तर त्यानं काहीतरी केलं असतं त्या सापाचं.' आत्याबाई म्हणाली.
' ते विसरा! ह्या विन्याआधी तोच माळ्यावर बसला असता चढून!'
'पण घाण कसली येतेय् एवढी?'
'दादा, तुमची इस्त्री जळत असेल.'
'माय गॉड! आज त्या सापापायी काय काय नुकसान होणार आहे देव जाणे! हा विन्या मेन स्विच बंद करणार होता!'
तेवढ्यात फोन घणघणू लागला. मावशीची चुळबुळ सुरू झाली. पण तिला जाण्याचा धीर होत नव्हता. आता आम्ही सहाजण डायनिंग टेबलावर, पाय वर घेऊन बसलो होतो आणि विनूदादा तर माळ्यावर बसला होता. तिकडे रेडिओ कोकलत होता. फोनची घंटा वाजत होती. आणि पाण्याची बादली अजून वहात होती. पॅसेजभर पाणीच पाणी होऊन ते आता दाराच्या फटीतून बाहेर पडलं होतं.
'आपलं मांजर कुठं तडफडलंय् देव जाणे!' आत्या म्हणाली.
'ह्या गोंधळात ते आणखी कशाला?'
'वा:! मांजर सापाला मारतं ना!'– आणि मग आत्या तिच्या लहानपणची हकीगत सांगायला लागली, पण कुणाचं खास लक्ष नव्हतं. तेवढ्यात विनू म्हणाला,
'आपण मांजराऐवजी मुंगूसच पाळायला हवं होतं! त्यानं त्या नागाचा निकाल लावला
असता!'
'वा रे वा! आणि मग जादूगारानं साप भरून मागितला असता म्हणजे?'

मी असं बोलल्यावर सगळ्यांना मग त्या नागाचीच काळजी वाटायला लागली.
'तो आता कुठं असेल हो?' विजयनं विचारलं.

'गॅलरीतून रस्त्यावरची मजा पहात असेल.' मी म्हणालो.

'अग बाई! तिथून तो कुणाच्यातरी टाळक्यात पडला तर?'

'छे:! अहो, एवढे भिताय् काय? तुम्ही उठा ना! 'अस्तिक अस्तिक काळ भैरव'
म्हणत जा!'

'आणि काय करा? कडेवर घेऊन त्याला आत आणा?' दादा वैतागून म्हणाले.

'इश्य! नाग कडेवर कसा बसेल?' मावशी म्हणाली.

'तो गळ्याभोवती बसतो.' आत्याबाईनी भर घातली.

'आयला! जया, मग आपले दादा भगवान शंकरासारखे दिसतील, नाही?'
विजय काहीतरी बडबडला.

मी म्हणालो, 'काहीतरी बोलू नकोस! शंकराच्या डोक्यावर जटा आहेत आणि
आपल्या दादांना केवढं टक्कल आहे!'

दादांनी मला एक टप्पू ठेवून दिला.

तेवढ्यात बाहेरून हाका आल्या.

'दादासाहेब, हा काय प्रकार आहे? पाणी जिन्यातून खाली येतंय्. नळ फुटला का
हो?'

'आलो आलो!' दादा तिथूनच ओरडले.

रेडिओवरच्या बातम्या संपून सनईची रेकॉर्ड सुरू झाली. तशी आत्या म्हणाली,
'बस् बस् ! सोळा आणे काम झालं! आता नाग रेडिओजवळ जाऊन डोलत
बसेल.'

'आणि रेकॉर्ड संपल्यावर काय होईल? ...छे छे! तो रेडिओ मघाशीच बंद
करायला हवा होता! आणि हा विन्या टेबल-लॅम्प तसाच टाकून आलाय्!' दादा
चिडले.

'पण मी म्हणते, त्याला दिवसाढवळ्या दिवा लागतोच कशाला?' मावशीनं
हल्ला चढवला.

तेवढ्यात विजय ओरडला, 'दादा! सापडला नागोबा!'

'कुठाय् ?'

'तो काय भिंतीवर फणा दिसतोय्!'

मग सगळ्यांनी वाकून वाकून भिंतीवर पडलेला नागाचा फणा पाहिला. आत्या
म्हणाली,

'मी म्हटलं नाही, तो सनई ऐकत बसेल म्हणून?'

'आत्या, पण तो डोलत नाहीये अजून.' विजयनं विचारलं.

‘त्याला खरं म्हणजे पुंगी आवडते. सनईला तो डोलणार नाही.’
‘जाऊ दे! तिथं स्वस्थ बसलाय हे काय कमी आहे? आपण आता मधलं दार लावून घेऊ या.’
तेवढ्यात बाहेरचं दार वाजलं. बाहेरूनच लॅच कीन दरवाजा उघडून श्रीमामा आणि पी. मारोतराव आले. सगळ्यांनी श्वास सोडला.
‘विज्या, आपल्याला आता साप कसा पकडतात ते दिसेल.’
‘अरे! हा काय प्रकार आहे?’ श्रीमामा ओरडला.
दादा म्हणाले, ‘आधी नळ बंद कर! मग सांगतो.’
श्रीमामानं नळ बंद केला. पॅसेजमधल्या पाण्यातून ते दोघेही आत आले.
‘काय प्रकार आहे?’
‘चिरंजीवांनी प्रताप केलेयत! टोपलीतून नाग सुटलाय् .’
‘शक्यच नाही!’ पी. मारोतराव ओरडला.
‘का?’
‘ह्या पोरट्यांचेच उपद्व्याप मी ह्याला सांगितले होते. दोन नाग आणि एक मुंगूस आम्ही आधी थिएटरवर पोचवले. टोपल्या रिकाम्याच होत्या.’ श्रीमामा म्हणाला.
‘अरे ती काय समोर सावली दिसत्येय् !’ मावशी म्हणाली.
त्यावर पी. मारोतरावानं डोकावून पाहिलं. त्याचीही खात्री पटली. श्रीमामाकडे पाहून तो म्हणाला,
‘आपला शंकऱ्या अस्सा कामचुकार आहे! नाग काढून न घेता त्यानं टोपल्या तशाच पाठवल्या. बरं असो! आपण धरू त्याला. एक नाग आहे तिथं. त्याच्या फणेची सावली दिसतेच आहे. पण दुसरा कुठाय्?’
दोन नाग आहेत म्हटल्यावर सगळ्यांची दातखीळच बसली!
मारोतराव पुन्हा म्हणाला,
‘बरं, राहू दे! तो तर पकडू. तुम्ही आता असं करा, प्रत्येकानं हातात एकेक चादर घ्या. माझ्या हातून तो निसटून इकडे आला तर लांबून नुसती त्याच्या अंगावर चादर टाकायची.’
‘करेक्ट! मी इथून बरोब्बर टाकतो!’ विनू माळ्यावरून ओरडला.
मग श्रीमामानं धडाधडा गाद्या उलट्यापालट्या केल्या. प्रत्येकाला चादर देण्यात आली.
पी. मारोतराव चवड्यांवर दबकतदबकत चालत मधल्या दरवाजापाशी गेला. त्यानं डोकावून पाहिलं– आणि तो एकाएकी एखाद्या पिसाटासारखा हसत सुटला. दादा एव्हाना डायनिंग टेबलावर चादर फेकण्याच्या तयारीनं उभे राहिले होते. पी. मारोतराव झपाट्यानं पलीकडच्या खोलीत गेला आणि परतला. त्याच्या

हातात कामट्यांच्या पट्ट्यांना बांधलेली पुठ्ठ्याची फणी होती. विनू माळ्यावरून ओरडला,

'मी तेच म्हणणार होतो.'

–विनूदादा आत्ता म्हणाला. पण मी मघाशीच नाही सांगितलं, आमचा विजय चक्कर आहे म्हणून!

□

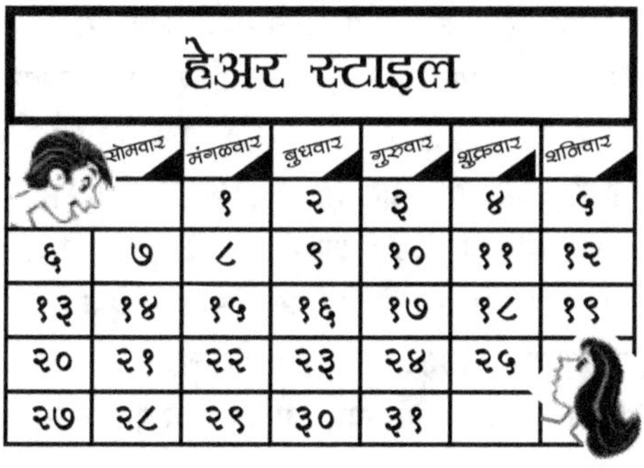

हेअर स्टाइल						
सोमवार	मंगळवार	बुधवार	गुरुवार	शुक्रवार	शनिवार
		१	२	३	४	५
६	७	८	९	१०	११	१२
१३	१४	१५	१६	१७	१८	१९
२०	२१	२२	२३	२४	२५	
२७	२८	२९	30	३१		

सकाळी उठल्याबरोबर सौ. नं मला जो प्रश्न विचारला त्या प्रश्नावरून मी ओळखलं की 'आज आपला घातवार.'

बाईसाहेबांना आज संध्याकाळी पानसुपारीला जायचं होतं. लग्नाची आमंत्रणपत्रिका ऊर्फ बिल परवाच आलं होतं. बाईसाहेब ते बिल भरायला— म्हणजेच पाच रुपयाला एक आइस्क्रीमची लादी चघळायला जाणार होत्या, आणि तेवढ्याचसाठी तिनं मला सकाळी विचारलं,

'मी आज कोणती हेअरस्टाइल करू?'

–मी हादरलो. मनातल्या मनात व्यंकटेशस्तोत्र म्हणायला लागलो. सौ. नं परत तोच प्रश्न विचारल्यावर केवळ तिला गप्प करायचं म्हणून मी म्हणालो,

'तू आत्ता खाली उतर, आणि सरळ बॉबकट करून ये.'

'तुम्हाला प्रत्येक बाबतीत चेष्टा सुचते.' सौ. चिडली.

'बाईसाहेब, चेष्टेचा काय सवाल आहे?–साधे केस वरती बांधलेस तर डोकं दुखतं तुझं. फार कशाला?– मागचंच उदाहरण घे. कोण ती आशा की फाशा आली होती. काहीतरी केसांचं कडबोळं करून गेली. रात्री दहा वाजता तुझं डोकं दुखायला लागलं. त्यापुढं आपण डॉक्टरकडे गेलो; आणि रात्री दीडच्या पुढे झोपलो. आठवतं?'

–मला वाटलं सौ. गप्प बसेल... पण नो! हिरिरीनं ती म्हणाली,

'हेअर स्टाइलनं नाही काही डोकं दुखलं! मेलं एक गंगावन विकत आणल्यावर तुम्ही भांडलात, म्हणून डोकं दुखलं! हेअर स्टाइल इतकी मस्त जमली होती, की रिसेप्शनला गेले तर माझेच सहा फोटो काढले तिथे. पण तुम्हाला मुळी किंमतच नाही.'

शेवटच्या वाक्यांनं मी ओळखलं, की सौ. समेवर आली!– ती मग गप्प बसली. आता ती हा विषय काढणार नाही; पण फक्त माझ्याजवळ. चाळीत तीन-चार बायका अशा आहेत की, ज्यांना काही काम नाही. त्यांची आणि सौ. ची

दुपारपासून मैफल जमेल. केसांचे काहीतरी चक्रव्यूहासारखे प्रकार सुरू होतील. परस्पर दुसऱ्या बाईच्या टाळक्यावर प्रयोग करायला मिळतात म्हणून त्या तिघी-चौघी सौ. च्या डोक्याचा ताबा घेतील, आणि दोन-तीन तासांत काहीतरी केसांचा गोंधळ घालून पसार होतील. सौ. तो प्रकार वारंवार आरशात बघेल, आणि सर्वात मौज म्हणजे, शेवटी तो बांधलेला प्रकार सोडून देईल, चक्क बालबोध वेणी घालील आणि रिसेप्शन उरकून येईल.

पण मंडळी, आज घातवार होताच.

दुपारचं जेवण आटोपून बाहेरच्या खोलीत येतो न येतो, तोच समोर 'आशा' हजर.

'या' – मी स्वागत केलं.

सौ. नं तर तिला मिठीच मारली.

मी धास्तावलेल्या नजरेनं आशाची स्टाइल बघून घेतली. तो तशा तऱ्हेचा गोंधळगुंता करण्यात नक्कीच या बयेनं आख्खी सकाळ त्यात वेचली असणार.

'आशे, अगदी वेळेवर आलीस. सकाळपासून तुझी आठवण करतेय्.'

'देखल्या देवा दंडवत.'

'शप्पत तसं नाही ग.'

–मी मधेच म्हणालो, 'आशाताई कमीत कमी आठवण का झाली हे तरी विचारा.'

सौ. ला काही विचारायच्या ऐवजी आशेनं माझ्याकडेच प्रश्नार्थक नजरेनं पाहिलं. मी म्हणालो,

'बाईंना संध्याकाळी रिसेप्शनला जायचं आहे. तेवढ्यासाठी आजवर कोणीही केली नसेल अशी हेअर-स्टाइल करायची आहे. ह्यावेळेला कॅमेऱ्याचा अख्खा रोल हिच्यासाठी खर्च झाला पाहिजे.'

सौ. डोळे वटारीत आत गेली आणि आशा म्हणाली,

'ते माझ्याकडे लागलं.'

–सौ. परत बाहेर आली. आशेभोवती तिनं तीन फेऱ्या मारल्या, तुळशीवृंदावनाभोवती मारतो तशा.

'आशे, तू हा काय प्रकार केला आहेस!'

मानेचा व खांद्याचा पन्नास अंशाचा कोन करीत आशा म्हणाली,

'ह्याला फ्रेंच पॉनी म्हणतात. कशी वाटली?'

'अप्रतिम आहे. माझ्या केसांचं हे असं होईल का?

–मला मागचा डोकेदुखीचा सोहळा आठवला. मी मध्येच म्हणालो,

'हां, हां, बाईसाहेब, तुमच्या केसांचं जरूर हे असं होईल. पण पुन्हा त्याचे सरळ साधे केस होतील का, हे अगोदर विचारून घे.'

त्यावर आशा म्हणाली,
'इश्य, हे काय हो वसंतराव, मी सुद्धा काय जन्मभर आता ह्याच स्टाइलमध्ये रहाणार आहे का?'
'अरे हो, हे आपलं साफ चुकलंच.'
'आशे, माला आवडला हा प्रकार. पण माझे केस हे एवढेसे. त्याचं काय होणार?'
–आपली एवढीशी वेणी तिच्यासमोर नाचवीत सौ. म्हणाली.
–आशा म्हणाली,
'अग पण, ही स्टाइल आता जुनी झाली. आजच नवा प्रकार वाचला. डोक्याचा गोटा असला तरी तो प्रकार करता येतो. आता बोल.'
सौ.नं समाधानकारक चेहरा केला. तेवढ्यात आशानं विचारलं,
'अग पण हो, तुला न्हाऊन किती दिवस झाले? कारण न्हाऊन झाल्यावर पाचव्या दिवशी ती स्टाइल करता येते.'
–टाळी वाजवीत सौ. म्हणाली,
'आशे, मी लकी आहे मग. मला आजच न्हाऊन पाच दिवस झाले.'
सौ. चं हे वाक्य पुरं व्हायच्या आतच आशेनं तिच्या वेणीत हात घातला आणि एक केस खसकन् ओढून काढला. सौ. अस्पष्ट किंचाळली. आशा मात्र निर्विकार होती. तिनं तो केस प्रकाशात धरला व आनंदून जात ती म्हणाली,
'छान, तुझी ती स्टाइल आज होऊ शकेल, तुझ्या केसांची कॅरेक्टर त्याला आज योग्य आहे.'
–असं म्हणतानाच तिनं पायांत चपला सरकवल्या.
'हे काय निघालात?'
'साहित्य आणते ना सगळं.'
'आशे, तू नको जाऊस. मी ह्यांना पाठवते.'
'छे छे, वसंतरावांना काही कळणार नाही त्यातलं. अगोदर हीटर आणते घरी जाऊन.'
'हीटर? म्हणजे डोकं काय भट्टीत घालायचं आहे का?'
'छे छे, केस कुरळे करायचा हीटर आहे तो. तुम्ही आता पहाच एकेक प्रकार.'
–एवढं बोलून आशा पळालीच.
–तासाभरात आशा परतली. येताना ती ते यंत्र घेऊन आली. ते यंत्र तिने तापत ठेवलं. सौ. ला केस मोकळे करून तयार रहायला सांगितलं.
'गंगावन आण.'
'अय्या मग सगळंच मुसळ केरात.'

‘मग?’
‘मग काय? पैसे दे, आत्ता आणते.’
‘किता लागतील?’
‘तीन गंगावनांचे झाले चोवीस रुपये, म्हणजे साधी घेतली तर. दोन डझन आकडे, तीन डझन पिना. केस कुरळे करायचे चाप आहेत का?’ –आशेने विचारले.
‘माझ्याकडे काहीच नाही.’
‘मग तीस रुपये देऊन ठेव.’
‘द्या हो तीस रुपये.’
‘घे माझ्या पाकिटातले.’
आशा डोळे विस्फारीत म्हणाली,
‘बघ, तुझे मिस्टर किती जनरस आहेत.’
पंधरा-वीस मिनिटांत आशा त्या तीस रुपयांचा भुगा करून परतली. त्या दोघींची मग धावपळ सुरू झाली. त्या हीटरमध्ये तापत ठेवलेल्या सळ्यांभोवती सौ. चे केस गुंडाळून ते कुरळे करण्याचा प्रकार सुरू झाला. रस्त्यात लोखंडी सळ्यांत अडकवून मांस भाजतात, त्या प्रकाराची मला आठवण झाली.
–हेअर स्टाइलचे काम एकाजागी बसून करायचे असल्यामुळे, त्या दोघी आरशापाशी बसल्या, आणि त्यांना लागणाऱ्या वस्तू देण्यासाठी मी घरभर नाचू लागलो.
–अगदी प्रथम आशेनं सहा-सात लोखंडी चाप सौ. च्या डोक्यावर सर्वत्र बसवले. त्या चापांची ती रचना पाहून सौ. युद्धावर निघालेल्या रोमन शिपायासारखी दिसू लागली. त्यानंतर आशेनं कात्रीची मागणी केली.
‘कात्री कुठाय गं?’ मी सौ. ला विचारलं.
अवघडलेल्या चेहऱ्यानं सौ. नं सांगितलं, ‘कपड्याच्या कपाटात दुसऱ्या कप्प्यात डोळे मिटून हात घाला.’
–कात्री शेवटी सापडली, स्वयंपाकघरात साखरेच्या बरणीच्या मागे. तोपर्यंत सौ. अवघडलेल्या मुद्रेनं लोखंडी चापांवर हात ठेवून बसून होती. कात्री हातात येताच, आणलेल्या तीन गंगावनापैकी, एक गंगावन आशेनं सटसट कापून लहान केलं. मी हतबुद्ध होऊन पहात राहिलो. सिलींग फॅन चालू असल्यामुळे कापलेले केस घरभर पसरले. गोळा करीपर्यंत आशेनं दुसरं गंगावन संपूर्ण उलटं विंचरलं. त्यामुळे त्याचा चेंडूसारखा आकार झाला. एखादं काळं मांजर झोपावं तसा तो केसांचा चेंडू लांबून दिसत होता. तिसरं गंगावन आशेनं मला भिजवून आणायला सांगितलं. माझ्या हातून ते जास्त प्रमाणात ओलं झालं, परत पंखा चालू करून ते वाळवण्यात आलं.

–आणि मग?
तीन-तीन गंगावनं, दोन डझन आकडे, तीन डझन पिना, जाळ्या इत्यादींचा भरभक्कम किल्ला सौ. च्या डोक्यावर उभा राहू लागला. काही वेळ सौ. स्टुलावर तर आशा जमिनीवर, तर काही वेळा आशा स्टुलावर व सौ. जमिनीवर अशी त्यांची सर्कस सुरू झाली. एकदोनदा, त्या किल्ल्यातल्या चोरवाटा, बुरूज दिसतात का हे पहाण्याचा मी प्रयत्न केला, पण आशेने मला ठणकावलं,
'तुम्ही आता इकडे फिरकू नका.'
–पहिलटकरणीची सुटका होईतो, नवरा जसा बाहेर ताटकळत बसतो तसा मी एका बाजूला, त्या दोघींकडे पाठ करून बसलो.
संध्याकाळी सहाच्या सुमारास– म्हणजे तब्बल सव्वादोन तासांनी सौ. सर्व जामानिमा करून समोर येऊन उभी राहिली आणि तिच्यामागे कृतकृत्य झाल्याचा चेहरा करीत, घामानं निथळलेली आशा!
'झाली का नीट सुटका!' मी डोळे मिचकावीत विचारलं.
'चावटपणा नको हं आता. आधी कशी दिसते सांगा.'
–सौ. म्हणाली.
तिला आपादमस्तक न्याहाळीत मी म्हणालो,
'बेस्ट! आता एकदा माझ्याकडे तोंड कर, मला ही नवी स्टाइल समोरून बघू दे.'
–त्याबरोबर आशा किंचाळली, 'अय्या, तुमच्याचकडे तोंड करून उभी आहे ती.' सौ. फणकाऱ्यानं समोरून निघून गेली. मी म्हणालो,
'ए बये, अशी रागावू नकोस. मला एकवेळ मागची बाजू कोणती, पुढची कोणती, हे नाही कळलं तरी चालेल, पण तुला समोरचा रस्ता नीट दिसेल ना?'
–तिचा तो हेअरस्टाइलचा प्रकार डाव्या बाजूने मधाच्या पोळ्यासारखा दिसत होता. उजव्या बाजूने मानेवर आवाळू आल्यासारखा वाटत होता. वरच्या बाजूने जंगलातल्या साळूसारखा दिसत होता, आणि त्या सर्व जंजाळातून एका बाजूला सोडलेलं वेणीचं शेपूट, वारुळातून बाहेर राहिलेल्या सापाच्या शेपटीसारखं दिसत होतं. त्या दोघी गेल्या आणि मी परमेश्वराची प्रार्थना केली–
'देवा, आज पानसुपारीला येणाऱ्या लोकांना वाचव.'
आता जर माझी खोली कुणी पाहिली असती तर त्याला इथं एकादं अॅपेंडिसायटिसचं ऑपरेशन झाल्याची शंका आली असती.
–तासाभरानं सौ. परतली आणि न बोलता अगोदर आरशासमोर जाऊन केस मोकळे करू लागली. तिच्या चेहऱ्यावरून तिच्या केसांचं आणि डोक्याचं काय झालं असेल ह्याचा मी अंदाज करू शकलो. पाच मिनिटांनी तिनं मला हाक मारली.

‘अहो, तुम्ही नुसते पहाता काय? हे या ना सोडवायला.’
–मी बजरंगबलीचं नाव घेतलं आणि त्या द्रोणागिरीला हात घातला. पण छे! जिथं तीन गंगावन, दोन डझन आकडे, जाळ्या, पिना गडप झाल्या होत्या, तिथं माझी मती काय चालणार?
मग चाळीतल्या मुलींचे सांघिक प्रयत्न सुरू झाले.
काही वेळ वाट पाहून मी म्हणालो,
‘हं चला आता.’
‘कुठे?’
‘आशेच्या घरी.’
‘का?’
‘मग दुसरा काय उपाय?’
शीवला आशाच्या घरी आम्ही टॅक्सीने गेलो.
आशा मैत्रिणीकडे जेवायला गेली होती.
रात्री पावणेदहापर्यंत आम्ही इकडे तिकडे भटकत राहिलो. मग पुन्हा आशाकडे दहा वाजता गेलो. आम्हाला पहाताच आशा म्हणाली,
‘अग, मघाशी माझा एक रुमाल तुझ्या गंगावनातच राहिला.’
‘तोच द्यायला आलो आहोत आम्ही.’ मी म्हणालो. पण त्या बयेला माझा स्वर समजलाच नाही.
‘अय्या, एवढी घाई नव्हती काही, माझ्याजवळ खूप रुमाल आहेत दुसरे.’
‘आशा, रुमालासाठी नाही आलो आम्ही, हे सोडवून घ्यायला आलो आहोत.’
‘हात्तिच्या, आत्ता देते सोडवून, पण खरं म्हणजे हे आठ-आठ दिवस असंच राहतं.’
‘आणि झोपायचं कसं?
‘ह्याच्यासकट झोपायची पद्धत आहे.’
‘आलं लक्षात. म्हणजे बायकोनं आरामात झोपायचं आणि नवऱ्यानं रात्रभर बायकोची मानेसकट स्टाइल संभाळत जागायचं, अशीच एखादी पद्धत असेल.’
–आशेनं माझा सूर ओळखला.
तिनं समोरचं स्टूल ओढलं. त्यावर उभं राहून कपाटाच्या वरच्या कप्प्यातला एक अंक तिनं काढला. त्यातलं केशभूषेचं सदर ती वाचू लागली. वाचता वाचता मधेच थांबून, ‘हो आपण असंच केलं’ – असं म्हणू लागली.
‘आशाताई, आपल्याला हे आता सोडवायचं आहे.’
–मी पुन्हा आठवण करून दिली,
आशा पुन्हा मोठ्यांदा वाचू लागली; आणि माझ्यावर बेशुद्ध पडायची पाळी

आली. ती वाचतच होती,

–'भगिनींनो, एवढा वेळ आपण ही नव्या धर्तीची केशरचना कशी करायची, केव्हा करायची, ह्याचा विचार केला. ही केशरचना, सोडवायची कशी हाही एक अभ्यासाचा विषय आहे. त्याची एक खास रीत आहे. त्याचा विचार आपण आता पुढच्या महिन्याच्या अंकात करू. नमस्ते.'

☐

वकील साहेब, सल्ला द्या

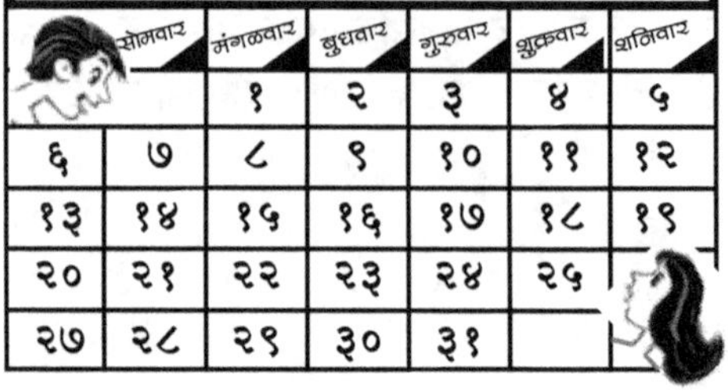

सोमवार
मंगळवार
बुधवार
गुरुवार
शुक्रवार
शनिवार
१ २ ३ ४ ५
६ ७ ८ ९ १० ११ १२
१३ १४ १५ १६ १७ १८ १९
२० २१ २२ २३ २४ २५
२७ २८ २९ ३० ३१

विजय कर्वेला मी माझ्या दरवाजात पाह्यलं आणि त्या क्षणी निश्चिंत झालो. माझ्या निरोपासरशी तो धावत आला होता. एरवी आमच्या गाठीभेटी हमखास ठरवून अशा होत नाहीत. महिने-महिने लोटतात, पण दिलखुलास गप्पागोष्टींचे क्षण वाटणीला येत नाहीत. मित्र कितीही जिवाभावाचा असला तरी त्याला त्याचा असा व्यवसाय असतो, व्यवहार असतो, मनाची ओढ आणि अवांतर आकर्षणे डावलत डावलतच वागावं लागतं. पण महत्त्व त्याला नाही. अडचणीच्या वेळी धाव ठोकीत असं कुणी आलं की त्या क्षणी वाटतं, जगात मैत्रीच खरी, व्यवहार साफ खोटा! विजय आला समोर उभा राहिला. मी निश्चिंत झालो. त्याची ती ठराविक पॅन्ट, पांढरा शर्ट. हातात मोठी ब्रीफकेस. गोरा चेहरा पण घामानं निथळलेला, कपाळावर लहानपणाची खोक, निशाणी मागे राहिलेली! पण ह्या तपशीलाला महत्त्व नाही. महत्त्व आहे ते विजयच्या हसतमुख चेहऱ्याला, त्याच्या उत्साहाला. आल्या आल्या तो शेकहँड करण्यासाठी हात पुढे करतो. त्या शेकहँडवरून कल्पना येते की निरनिराळ्या खटल्यांनी त्याच्या ब्रीफकेसप्रमाणेच त्याच्या डोक्यातही खच्चून किस्से भरलेले आहेत.

'काय बाबा, काय काम काढलंस?'

–पंखा चालू करीत मी म्हणालो.

'मला दिलेल्या एका जुन्या वचनाचं तुला स्मरण आहे का, हे पाह्यला तुला बोलावलं.'

'बोल बोल, ते मागचं वचन विसरलो असेन तर आत्ता दुसरं वचन देतो, वचन ने शू ओछ्छू छे?'

'विजा तुला उत्कृष्ट गुजराथी येतं हे मी जाणतो. पण मला त्या भाषेचं मुळीच आकर्षण नाही, आणि म्हणूनच मला ती कधी येणार नाही. तेव्हा मराठीत बोल.'

'ऑलराईट. बोल, वत्सा कोणत्या संकटात आहेस?'

'तू मला म्हणाला होतास मागे, की मी आता फुलफ्लेज्ड वकील झालोय,

केव्हाही हाक मार. काही भानगड केलीस तर.'
'हो, म्हणालो होतो, मग? काही केलीस का भानगड?'
'एकदम चार.'
'म्हणजे?'
'माझ्यावर चार आरोप आहेत. चार खटले भरले गेले आहेत.'
'काय सांगतोस काय?'
'अगदी खरं सांगतोय!'
'अरे पण तुझ्या बाबतीत कसं शक्य आहे? तुझ्यासारख्या भावनाप्रधान माणसावर चार खटले?'
'विजा, काळ बदललाय. भावनाप्रधान स्वभाव हा आता गुण राहिलेला नाही. तो गुन्हा आहे, शाप आहे. आपण ज्याच्यासाठी जीव टाकून खपतो तेही त्या भावनाप्रधान स्वभावाचा गैरफायदा घेतात. हल्ली कोण केव्हा हेकटपणा दाखवेल ह्याचा भरवसा राह्यला नाही.'
'अरे पण झालं तरी काय?'
'नाही– तसं काही नाही विशेष!' मी शांत होण्याचा प्रयत्न करीत म्हणालो. मी तसा फार लवकर एक्साईट होतो. मग मलाच माझी लाज वाटून मी स्वत:ला सावरायच्या मागे लागतो.
'बोल, बोल.'
'ह्या वेळेला लोकांच्या दृष्टीनं माझं फार चुकलेलं आहे. त्या चुकांना माझा भावनाप्रधान स्वभावच जबाबदार आहे. पण तरीही ते तसं व्हायला नको होतं. अरे एकदम चार खटले, तेही दोन दोन दिवसांच्या अंतरानं, काय म्हणशील?'
–माझ्या त्या विधानावर विजय नुसता पहात राह्यला. त्याचा अजून माझ्यावर विश्वास बसत नव्हता.
'विजा, असा अविश्वासानं पाहू नकोस. माझ्यावर चार खटले आहेत. तारखाही लागल्या आहेत. माझा बचाव मीच करणार आहे. पण तत्पूर्वी मला तुझा सल्ला हवाय. म्हणून तुला तातडीनं बोलावलं.'
विजय आता गंभीर झाला.
'तुला मी काय काय घडलं ते सांगतो, आणि मग तू सल्ला द्यायचास् .'
'सांग.'
'पहिला गुन्हा माझ्या हातून ऑक्टोबर महिन्यात, म्हणजे सात महिन्यांपूर्वी झाला. मी गॅलरीत उभा होतो, आणि रस्त्यावरची धावपळ पहात होतो. एखाद्या कार्याशी आपला सुतराम संबंध नसला की आपल्याला जी तटस्थता येते, जो त्रयस्थ दृष्टिकोन येतो तो मोठा मजेदार असतो. मी त्याच तिऱ्हाईताप्रमाणे रस्त्यावरची प्रत्येक हालचाल

न्याहाळत होतो. मी रस्त्यावर नसल्यामुळे, मला रस्त्यावर घडणाऱ्या गोष्टींपासून उपद्रव नव्हता. नको असलेली माणसं समोरून येणार नव्हती. कुणाचा धक्का लागणार नव्हता. वेगानं धावणारी वाहनं चुकवण्याचा प्रश्न नव्हता. त्यामुळे इतर पादचाऱ्यांच्या त्या हालचाली मला दुरून मजेच्या वाटत होत्या.

'आणि हे सर्व पाहात असतानाच माझं लक्ष एका जोडप्यानं वेधून घेतलं.

'तसं ते जोडपं मामुली होतं. लक्ष वेधलं जावं एवढी ती बाई आकर्षक तर मुळीच नव्हती. ती फक्त जाड होती. तिनं मेकअप् तर अफाट केलेला. पाठीवर हेअरस्टाइलचा असा प्रकार करून सोडला होता की त्या केसांच्या गोळ्याच्या आधाराने मान आहे की मानेच्या आधारावर केस आहेत हे कळत नव्हतं. साडी व ब्लाऊज झिरझिरीत. पदर तर एवढा वेळ पडलेला की वाटलं खाली उतरून तिला व्यवस्थित पदर घ्यायला लावून, तो तीन-चार ठिकाणी खिळ्यांनी ठोकावा. ती एखाद्या पठाणासारखी चालली होती. तिचा धक्का लागू नये म्हणून इतर सावधगिरी बाळगत होते. आणि पाठीमागून तिचा नवरा चालला होता. त्याच्या हातात एक भलीमोठी गच्च पिशवी होती, आणि दुसऱ्या हातात तीन-चार महिन्यांचं मूल होतं. दुपटं खालपर्यंत लोंबत होतं. ते मूल आडवं होतं त्याच्या हातावर. मधून मधून ते खाली खाली घसरत होतं. पाच-दहा, पाच-दहा पावलांवर तो थांबत होता, हातातली पिशवी रस्त्यावर, पायाच्या आधाराने उभी करत होता. हातातलं घसरू पहाणारं मूल नीट सावरून, पुन्हा पिशवी उचलून, पुढे गेलेल्या त्या बुलडोझरसारख्या बायकोला गाठत होता.'

'आणि ती बाई काय करत होती?' विजयने न राहवून विचारलं. मी शांतपणे म्हणालो,

'ती काहीच करीत नव्हती. तिची ह्या दुकानातून त्या दुकानात, खरेदी चालली होती. घासाघीस चालली होती. मी ते वरून पहात होतो. स्वत:शी विचार करीत होतो तो हा की, त्या बाईला आपल्या नवऱ्याच्या हातातली पिशवी किंवा ते मूल घेण्याची बुद्धी केव्हा होते, तेवढंच पहायचं. आणि विजा, परहॅप्स यू विल नॉट बिलीव्ह, पण ह्या वेगानं आणि ह्याच पद्धतीनं तिची खरेदी पाऊण तास चालली होती. माझे केवळ नुसते उभे राहून पाय दुखायला लागले, मग त्या गृहस्थाची अवस्था काय झाली असेल?

–सुमारे पाऊण तासानंतर त्या महामायेनं नवऱ्याच्या हातातली पिशवी घेतली. त्या क्षणी मला त्या बाईचा छोटासा सत्कार करावासा वाटला. मी नुसता तेवढ्या विचारावर थांबलो असतो तर फार काही घडलं नसतं.

पण अक्षरश: मला राहावेना. मी वेगानं रस्त्यावर गेलो. समोरच्या फुलवाल्याकडून हार घेतला आणि त्या बाईच्या गळ्यात नेऊन घातला.

प्रथम ती गोंधळली, नंतर चिडली, शिव्या देऊ लागली. ही गर्दी जमली. मारामारीच व्हायची, पण तेवढ्यात पोलिस आला. मग आम्ही सगळे चौकीवर गेलो. विनयभंगाचा आरोप केला गेला. जामिनावर सुटलो. पोलिस अधिकाऱ्यानं अन्ऑफिशीयली माझं कौतुकच केलं, पण कायदा सांभाळला पाहिजे ना? ही झाली आमची पहिल्या खटल्याची हकीकत.'

'क्वाईट इन्टरेस्टींग!'–विजय हसत हसत म्हणाला. हसता हसता, घाम पुसण्यासाठी त्याने खिशातून पंच्याचा छोटासा तुकडा काढला. रुमालाऐवजी त्याला पंचा वापरायला आवडतो हे मला माहीत आहे.

'नेक्स्ट?' त्यानं विचारलं.

'ह्याच तऱ्हेचे गुन्हे आहेत सगळे. माझ्यावरचा दुसरा आरोप 'मूल पळवण्याचा प्रयत्न करणे' हा होय.'

'मूल पळवणं? अजब आहे.'

'त्यात अजब काही नाही. तोही नेहमीचाच प्रकार आहे. गेली अठरा वर्षं मी इथे राहतो आहे. मूल चुकण्याचा प्रकार अनेकदा घडतो. परवा मात्र मूल चुकण्याची एक्झॅक्ट प्रोसेस काय असते ती पहायला मिळाली. पुन्हा तसलाच प्रकार. बायकांचं शॉपिंग, आणि मैत्रिण भेटली की भान हरपून गप्पा. ते त्या दिवशी मी पळवलेलं मूल नुकतंच चालायला लागलं होतं.'

'म्हणजे तू मूल पळवलंस हे खरं तर?'

'सांगतो ना ऐक. त्या मुलाची आई समोरच्याच दुकानात शिरली. मग तिची खरेदी सुरू झाली. ते मूल चालत चालत दुकानाची पायरी उतरून खाली फुटपाथवर आलं. पंधरा-वीस पावलं चालून गेलं. तेवढ्यात फुटपाथवरच्या एका मुलानं त्याचा पापा घेतला. तसं हे पोर कावरंबावरं झालं, रडू लागलं. त्याच्याभोवती मग माणसं जमली. सगळेच अनोळखी चेहरे अवतीभोवती. ते मूल मग आणखीच गोंधळलं. मुलं अशीच हरवतात. हरवलेलं मूल सापडेपर्यंत आपली मन:स्थिती कशी झाली होती ह्याचं वर्णन आई-वडील सगळ्यांना दहा-दहा वेळा सांगू शकतात, पण बोलायलाही नीट न येणाऱ्या त्या मुलाची अवस्था काय होते, त्याची कुणाला कल्पना आहे का?'

'करेक्ट करेक्ट!'

'मी मग खाली उतरलो. मुसंडी मारून त्या घोळक्यात शिरलो. त्या मुलाला कडेवर घेतलं, आणि काय केलं असेल?'

'त्या बाईची कानउघाडणी करून तिला दिलंस?'

'नो नो, मग खटला नसता झाला. मी त्या मुलाला घेऊन सरळ घरी आलो. त्याला गॅलरीतल्या गॅलरीत खेळवत बसलो. दूध पाजलं, खेळणी दिली, आणि

एकीकडे त्या बाईच्या हालचाली पहात राह्यलो. तुझा पुन्हा विश्वास बसायचा नाही, पण मैत्रिणीच्या नादात आणि निरनिराळ्या साड्या पहाण्याच्या कैफात, त्या महामायेला तिच्या मुलाची तासभर आठवण झाली नाही. तिने तीन तीन दुकानं बदलली. मी सगळी गंमत पहात होतो. मैत्रिणी जेव्हा गेल्या तेव्हा ती भानावर आली. आणि मग मूल शोधू लागली. पुन्हा पुन्हा सगळ्या दुकानातून डोकावत हिंडू लागली. मग तिचा धीर खचला. चेहरा उतरला. ती रडायच्या बेताला आली. आता तिच्याभोवती बघे जमले. चौकशी सुरू झाली. लोकांच्या प्रश्नावळीने ती बेजार झाल्याचं मला इथून कळत होतं. निष्पाप मुलाला होणारा मनःस्ताप मी वाचवला होता आणि तिला ते शासन देण्यात काहीच गुन्हा नव्हता. त्या मुलालाही मी तो गोंधळ कडेवर घेऊन दाखवत होतो. इतक्यात कसं कुणास ठाऊक, त्या बाईचं माझ्याकडे लक्ष गेलं. रस्त्यावरून बेहोषीनं ओरडली. चार-पाच लोकांना आणि एका पोलिसाला घेऊन ती वर आली. वस्तुतः तिच्या मुलाला मी तासभर मस्तपैकी खेळवलं होतं. ते मूलही त्याच्या आईकडे, माझ्याकडून जाम जाईना. तरीही, मूल पळवण्याचा आरोप झालाच. काय करू?'

विजयला पण ह्यावर उत्तर सुचेना. त्याला ते सगळं ऐकताना मजा मात्र खूप वाटत होती.

'ऑल राईट, आता तिसरा आरोप सांग.'

'तिसरा त्या मानानं किरकोळ आहे. आमच्या ह्या समोरच्या रस्त्यावर एक ठराविक कॉलेज स्टुडंट्सचा घोळका, रस्ता अडवून उभा राहतो. मोटारी येतात, जातात, पण ह्यांचा घोळका तसाच गप्पा छाटीत उभा असतो. मोटारवाले केव्हा केव्हा हॉर्न वाजवून थकतात. पण ती मुलं जागची हालत नाहीत. ट्रीपला निघाली तर भल्या पहाटे रस्त्यावरून असभ्य भाषा मोठमोठ्यांदा बोलत जातात. हे मला जेव्हा असह्य झालं तेव्हा मी एके दिवशी एक बादली गार पाणी भरून बदाबदा त्यांच्या अंगावर ओतलं. त्यातून भांडण, शेवटी पोलिसचौकी.'

–मी ही हकीकत सांगून गप्प बसलो, विजय विचारात पडला असावा. सुस्कारा सोडीत तो म्हणाला,

'आता शेवटचा प्रकार सांगून टाक, म्हणजे मग एकदम काय ते सांगून टाकतो.'

'शेवटचा म्हणजे हा चौथा प्रकार जरा प्रक्षोभक वाटेल. कारण एका बाईच्या अंगचटीला मला जावं लागलं. तेही वस्तुतः तिच्याच भल्यासाठी, पण तिला ते पटत नाही.

मी बसच्या रांगेत उभा होतो. अत्यंत महत्त्वाच्या कामासाठी मला तातडीनं, पण एका ठराविक वेळेला एका ऑफिसरला भेटायचं होतं. रांगेत मी दुसराच होतो आणि माझ्यापुढे ती उभी होती. तिने एकदम तंग कपडे घातले होते. इतके तंग,

की कुठल्या क्षणी ते उसवतील किंवा ओढ बसून फाटतील सांगताही आलं नसतं आणि तसंच व्हायची वेळ आली. कंडक्टरने 'दो-तीन आदमी भेज दो' म्हणून सांगितलं आणि बाईला त्या बसची पायरीच चढता येईना. तिचा तो स्कर्ट इतका घट्ट होता की तिला पाय वर करता येईना. माझी ती बस चुकणं इष्ट नव्हतं. ती जर पटकन बसमधे चढली नसती, जर रांगेतली मागची माणसं पुढे घुसण्याची शक्यता होती. मी मग विचार केला नाही. चटकन् तिच्या कमरेभोवती हात टाकून तिला बसमधे उचलून ढकलली. मग काय! बाईंचा विनयभंग झाला. फिर्याद झाली. काय म्हणशील तू ह्याला?

'समाज फार बदलतो आहे. उपद्रवी होत आहे. प्रत्येक गुन्ह्याला शासन नसतं, पण त्याचा उपद्रव फार विलक्षण असतो. मी माझ्या वतीनं ह्या असल्या गोष्टींचा निषेध करीत आलो. बोल, ह्यावर तुझा काय सल्ला आहे?'

–विजय काहीच बोलला नाही. तो खुर्चीवरून उठला. स्वयंपाकघरात डोकावीत तो म्हणाला,

'वहिनी कुठे आहेत?'

'खाली गेली आहे. येईल एवढ्यात. का?'

'मी हॉटेलमधून गरम भजी आणली आहेत. त्यांना चहा करायला सांगणार होतो.' ब्रीफकेसमधून पुडा काढीत विजय म्हणाला.

–मी माझ्या स्वभावानुसार थोडा एक्साईट होत म्हणालो,

'माझ्यावर इथं फिर्यादी लागल्या आहेत, आणि तुला भजी आणि चहा आठवतोय?'

विजा माझ्याकडे वळत म्हणाला, 'तुला हे रिकामपणचे धंदे सांगितले होते कुणी? मुकाट घरात बसावं, बायकोशी गप्पागोष्टी कराव्यात.'

'ते जर शक्य असतं तर मी कशाला तासचे तास गॅलरीत उभा राह्यलो असतो?'

'का– अशक्य का म्हणून?'

'तीच तर ट्रॅजिडी आहे हल्ली. खोलीत पाऊल ठेवलं की बायकोचं टुमणं सुरू होतं, ब्लॉक घ्या, ब्लॉक घ्या. चाळीचा उबग आलाय. ब्लॉक घ्या. आता इथंही कायदा काही करू शकत नाही. एवढ्यासाठी मी हल्ली सतत गॅलरीमध्ये असतो. ह्या सर्व भानगडीतून मी कसा सुटेन सांग आता.'

माझ्या खांद्यावर थोपटल्यासारखं करीत विजय म्हणाला,

'डोण्ट वरी. तुझ्यावर हे खटले होऊच शकणार नाहीत. कारण ह्या सर्व प्रकरणात गुन्हेगार तू नसून, तुझी बायकोच खरी गुन्हेगार आहे. तिच्यामुळे हे सारं घडलं. करेक्ट?'

□

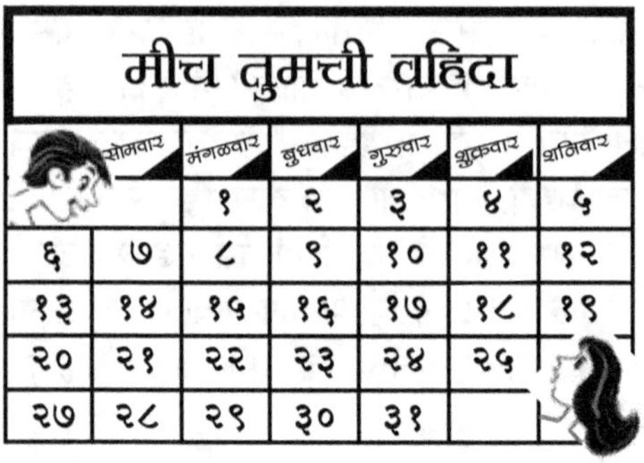

मीच तुमची वहिदा
सोमवार
मंगळवार
बुधवार
गुरुवार
शुक्रवार
शनिवार
१ २ ३ ४ ५
६ ७ ८ ९ १० ११ १२
१३ १४ १५ १६ १७ १८ १९
२० २१ २२ २३ २४ २५
२७ २८ २९ ३० ३१

अर्ध्या क्षणात ती बातमी पाटोळ्यांच्या चाळीत पसरली आणि अणुबाँबचा स्फोट व्हावा त्याप्रमाणे ती चार मजली चाळ हादरून गेली. प्रत्येक मजल्यावरची पासष्ट बिऱ्हाडं धरून, एकूण दोनशेसाठ बिऱ्हाडं रमाकांत लघाटेच्या बिऱ्हाडाकडे निघाली. अनेक वर्षात असं काही सनसनाटी त्या चाळीत घडलं नव्हतं, आणि पुढील दहा-पंधरा वर्षात घडण्याची शक्यता नव्हती.

चार वर्षांपूर्वी जोश्यांच्या कुमुदनं, मॅट्रिकला नापास झाल्याबद्दल जीव देण्याचा प्रयत्न केला होता. तिनं झोपेच्या वीस गोळ्या खाल्ल्या. पण तिची तीच नंतर घाबरली. फक्त डॉक्टर आले. एक उलटीचं औषध. मामला मिटला. बस.

ह्या पलीकडे काहीच घडलं नाही. नो पोलिस. नो जबान्या. नो रिपोर्टर. नो ॲम्ब्युलन्स. काहीच नाही. काहीतरी थ्रिलिंग घडणार आहे अशी लोकांना फुकट आशा लावू नये.

पुष्कळ दिवसांची इच्छा आज पुरी होणार होती. ह्या मरगळलेल्या चाळीत काहीतरी घडणार होतं. निष्प्राण पडल्याप्रमाणे पडलेल्या ह्या वास्तूला संजीवनीचा स्पर्श घडत होता.

वहिदा रहेमानची मोटार रमाकांत लघाटेला न्यायला येणार होती. केवळ इतकंच नव्हे तर तिच्या बंगल्यावर मोजून बारा तास तो राहणार होता.

सगळ्या चाळीत रातोरात रमाकांत पुण्यात्मा ठरला होता. महापुरुषाच्या दर्शनाला रीघ लागावी त्याप्रमाणं सगळे रहिवासी आज सकाळी पाच वाजल्यापासून रमाकांतच्या घरासमोर उभे होते.

हे आक्रीत मुळातच कसं घडावं?

अगदी अकल्पितपणे.

दोन दिवसच रमाकांतचा एक मित्र त्याच्याकडे रहायला आला होता. कुठल्यातरी सिनेमा कंपनीत तो मेकअप् खात्यात नोकरीला होता. त्याच्या बॅगेत 'फिल्मी दुनिया'

म्हणून कसला तरी अंक होता. त्यातल्या एका पानावर काही नट्यांचे नुसतेच ओठ, तर कुणाचे नुसते डोळे, कुणाचं कपाळ– असं काही काही छापलं होतं. खाली लिहिलं होतं. वरील अवयवांच्या छायाचित्रांवरून आपले आवडते कलाकार ओळखा. चित्रपट-नट्या आणि रमाकांत– एकूण आनंदच होता. अख्ख्या नटीचा फोटो छापला तरी शर्मिला टागोर कोणती आणि मीनाकुमारी कोणती हे रमाकांत बापजन्मी ओळखू शकला नसता. मग नुसते ओठ, डोळे, कान, मान, ह्यावरून काय कपाळ पत्ता लागणार?

पण रमाकांतचा दोस्त ऐकतो काय? मेकअप् खात्यातला तो किडा. नट्यांचे नुसते अवयवच परिचयाचे नव्हेत तर आकारासहित सगळं पाठ.

त्यानं सटासट डोळे, कान, नाक, मान, वगैरेच्या मालकिणी ओळखल्या. रमाकांतला ते कुपन भरायला लावलं आणि मुदतीच्या आत ते पोस्टात टाकायलाही लावलं.

मध्ये सहा महिने गेले असावेत आणि अचानक दोनच दिवसांपूर्वी, वहिदा रहेमानचा फोटो वरतीच छापलेलं पाकीट रमाकांतच्या घरी रजिस्टर पोस्टानं आलं.

आजवरच्या आयुष्यात रमाकांतला आलेलं हे पहिलं रजिस्टर. साहजिकच इतर एकदोन बिऱ्हाडांत पोस्टमननं अगोदर चौकशी केली. एक उत्साही पोरगा लघाटेच्या दरवाजापर्यंत पोस्टमनला घर दाखवीत आला. पाकिटावरचा वहिदाचा फोटो त्यानं पाहिला आणि चाळीत बातमी पसरवून दिली, 'वहिदा रहेमाननं लघाट्यांना पत्र पाठवलं.'

वहिदा रहेमानचं पत्र. तेही रजिस्टर. चाळीच्या दुसऱ्या टोकापर्यंत बातमी पोचेपर्यंत साध्या पत्राऐवजी, ते प्रेमपत्र असल्याची सुधारित वार्ता काहींनी ऐकली. तिसऱ्या मजल्यावर, प्रेमपत्राऐवजी वहिदा रहेमानकडून अर्धा डझन रुमाल आल्याची कुणकुण होती आणि चौथ्या मजल्यावर पोचेतो रुमालांचा चक्क टेरिलीनचा सूट झाला होता.

मग सर्व मंडळी अनुक्रमे प्रेमपत्र, रुमाल आणि सुटाचं कापड पाहण्यासाठी रमाकांतच्या घरी धावली.

त्याच रात्री रमाकांतच्या घरी सभा भरली. काही दिवसांपूर्वी रमाकांतनं जे कूपन भरून पाठवलं होतं त्यातली उत्तरं बिनचूक ठरली होती. रमाकांत पहिल्या क्रमांकानं पास झाला होता. वहिदा रहेमानच्या नव्या सिनेमाचा पास आणि बारा तास तिच्या सानिध्यात तिच्या घरी राहण्याचा चान्स– ही दोन बक्षिस त्याला मिळाली होती.

रातोरात भरलेल्या त्या सभेत रमाकांतवर भडिमार झाला.

'लघाट्या, तू लेका एकही सिनेमा पहात नाहीस, मग उत्तरं बिनचूक कशी दिलीस?'

'माझं ऐक तर...'

'अरे, मी सांगतो. तुम्ही-आम्ही नट्या पडद्यावर पाहतो, हा प्रत्यक्ष बघत असला पाहिजे.'

'अरे, पण नुसत्या ओठावरून सबंध नटी ओळखायची म्हणजे...'

'मिस्टर, व्यासंग असावा तर असा.'

'जनाब, इसको सिर्फ व्यासंग नही कहते, इसको संग कहते है!'

'अरे, बाबांनो, संग नाही, व्यासंग नाही. ह्या नट्यांना मी पंचवीस फुटावरूनसुद्धा पाह्यलेलं नाही.'

'मग प्रत्येक नटी अचूक कशी ओळखलीस?'

'लघाटे, ओव्हरटाइमच्या नावाखाली कुठं जात होतात ते आता कबूल करा.'

–त्या क्षणी अर्जुनाच्या शरवर्षावाची कल्पना रमाकांतला आली. शेवटी शेजारीच राहणाऱ्या एकबोट्यांना त्याची कीव आली.

ते पुढं म्हणाले, 'मंडळी थांबा. लघाट्यांना असं सळो की पळो करू नका. आपण फार मोठा गुन्हा केला आहे असा त्यांचा चेहरा झालाय. आपण सर्वांनी त्यांचा सत्कार करायला हवा. मार्गदर्शन करायला हवं. असा भाग्यवान पुरुष आपल्या चाळीत राहतोय ह्याचा आपल्याला अभिमान वाटायला हवा. रमाकांत, ह्या क्षणी तुम्हाला काय वाटतंय ते मोकळेपणी सांगा. आम्ही तुमच्या पाठीशी आहोत.'

'मला तर काहीही सुचत नाही.' लघाटे म्हणाले.

'लघाटे, बेस्ट आयडिया.'

'सांगा.'

'मी तुम्हाला आता पंचवीस रुपये देतो.'

'कशाला?'

'आणि तुमच्याऐवजी लघाटे म्हणू मी जातो.'

'वा: असं कसं?'

'काय बिघडलं? वहिदा कुठं तुम्हाला ओळखते?'

–रमाकांत काही बोलणार तोच त्याच्या बायकोनं– रमानं– त्याचा शर्ट ओढला आणि ती रमाकांतच्या कानात पुटपुटली, 'हो म्हणा आणि मिटवून टाका. पंचवीस रुपयांचा चांगला मिल्क कुकर घेता येईल.'

तेवढ्यात आणखीन एक आवाज आला, 'रमाकांत मी पन्नास रुपये देतो.'

पुन्हा रमा पुटपुटली, 'चांगल ताणून धरा. प्रेशर कुकरसुद्धा घेता येईल.'

पण रमाकांतनं कुणाचंच न ऐकता सांगितलं, 'तुमच्या सर्वांच्या सहकार्याबद्दल मी

तुमचा फार आभारी आहे. माझ्याऐवजी आणखी कुणाला मी पाठवू शकत नाही, ह्याबद्दल मी दिलगिरी...'

'नॉन्सेन्स. लेका दिलगिरी कसली व्यक्त करतोस? तुझा तो अधिकारच आहे.' कुणीतरी रमाकांतला मॉरल सपोर्ट दिला.

रमाकांतचं वारंवार अभिनंदन करीत ती सभा बरखास्त झाली.

दुसऱ्या दिवशी सकाळीच शेजारचे वाघमारे आले.

'रमाकांत तू किता वाजता निघणार?'

'सकाळी सहाच्या अगोदर, तिची मोटारच येणार आहे.'

'ठीक ठीक. बरं एक विचारू?'

'विचारा ना.'

'कपडे काय करणार?'

रमाकांत विचारात पडला. ह्या गोष्टीवर खरं त्यानं तर विचारच केला नव्हता. तो म्हणाला, 'कपड्यांचा खरं म्हणजे...'

'प्रॉब्लेम आहे की नाही?'

'अरे साला, मग काल नाही सांगायचं? मी आज आपण होऊन विचारायला आलो. असं कर, माझ्या लग्नातला वुलनचा सूट तस्साच पडलाय, तो वापर.'

'मला होईल?'

'मस्तपैकी होईल.'

–वाघमाऱ्यांनी रमाकांतला खेचीतच आपल्या खोलीत नेलं. पँट जरा घट्ट होत होती. पण सध्या तशीच फॅशन आहे असं सांगून वाघमाऱ्यांनी रमाकांतचं समाधान केलं.

वाघमाऱ्यांच्या मनाचा मोठेपणा पाहून रमाकांत सर्द झाला.

'आभार वगैरे मानायचं कारण नाही. तुम्हाला अशी सुवर्णसंधी मिळाल्यावर आम्ही एवढीही मदत करायची नाही. म्हणजे काय?– फक्त एकच करा...'

'सांगा ना.'

'जरा अर्जंट ड्रायक्लीनिंगला द्या, म्हणजे नव्यासारखा वाटेल.'

रमाकांतची पाठ वळताच वाघमारे बायकोला म्हणाले, 'कितीतरी दिवस सूट धुवायचा होता. आयतंच काम झालं फुकटात!'

रमाकांतनं बायकोला सूट लाँड्रीत टाकायला सांगितलं. तेही अर्जंट. रमा मुकाट्यानं 'हो' म्हणाली.

संध्याकाळी रमाकांत घरी आला आणि टेबलावर एक वह्यांचा गठ्ठा पाहून चकितच झाला. या वह्या जवळ जवळ तीनशेच्या घरात होत्या.

'हा काय प्रकार आहे?'

'ह्या वह्या उद्या जाल तेव्हा बरोबर घेऊन जा.'
'कुठं?'
'त्या तुमच्या वहिदाकडे.'
'त्या तुमच्या-' ह्या दोन खास विशेषणांत रमाला एकूण ह्या प्रकाराबद्दल जे जे काही म्हणायचं होतं ते सगळं रमाकांतला समजून चुकलं.
'ह्या वह्यांचं काय करायचं पण?'
'प्रत्येक वहीवर त्या तुमच्या वहिदा रहेमानची सही हवी आहे.'
'भले, दिवसभर तिनं हाच उद्योग करायचा की काय?'
'मग दिवसभर ती काय तुम्हाला मांडीवर घेऊन बसणार आहे काय?'
'पाहू, काय काय तिला जमतंय ते.' रमाकांत बायकोला चिडवायचं म्हणून मुद्दाम तसं म्हणाला.
रमाकांतचा नंतरचा प्रत्येक क्षण फार फार धावपळीचा गेला.
नवीन पायमोजे आणावे लागले. त्याशिवाय रुमालांची जोडी. यू.डी कोलनची छोटी बाटलीसुद्धा घ्यावी लागली. दाढी गुळगुळीत होण्यासाठी स्टेनलेसचं ब्लेड. इतकंच काय, पण एक कोरा करकरीत गंजिफ्रॉकही. समजा, दुपारचं जेवण झाल्यावर फार उकडलं, शर्ट काढण्याची पाळी आली, तर आतला गंजिफ्रॉक तितकाच पांढरा हवा की नको? का आपला नेहमीसारखा पिवळा? नो, नॉट ॲट ऑल!
आदल्या दिवशी रात्री पुन्हा एकवार वातावरण बदललं. प्रत्येकजण रमाकांतला शुभेच्छा देऊन गेला. 'तुमचा उद्याचा रविवार चांगला जावो.' असं सगळ्यांनी सांगितलं. कुणीतरी खवचटपणानं म्हणालं, 'वहिदा रहेमानचा रविवार चांगला जावो.'
अग्निहोत्रींनी तर कमालच केली. 'लघाटे, उद्या केव्हा निघणार?'
'त्यांच्या पत्राप्रमाणं, कराराप्रमाणं पहाटे सहा वाजण्यापूर्वीच त्यांची गाडी यायला हवी.'
'सकाळी लवकर उठावं लागणार.'
'अर्थातच.'
'कसे उठणार?'
'म्हणजे काय?'
'गजराचं घड्याळ आहे का घरात?'
'दूधवाला पहाटे पाचला येतो ना.'
'समजा, उद्या उशिरा आला तर?'
रमाकांत विचारात पडला.

अग्निहोत्रींनी हातातलं घड्याळ पुढं केलं.
'मुद्दाम गजराचं घड्याळ माझ्या भावाकडून मागवलं.'
'थँक यू, थँक यू.'
आणखीन पाच मिनिटांना लुकतुके आणखी एक गजराचं घड्याळ घेऊन आले.
'हे ठेवा.'
'अहो, अग्निहोत्रींनी दिलंय घड्याळ.'
'त्याचं कसलं घड्याळ? चुन्याचा डबा. सकाळी चारला गजर लावला तर संध्याकाळी चारला होतो. तेव्हा हे ठेवा.'
लुकतुक्यांचं मन मोडायचं नाही म्हणून रमाकांतनं तेही घड्याळ ठेवून घेतलं.
इतक्यात युनिफॉर्म घातलेला एक गृहस्थ रमाकांतच्या दारात उभा.
'रमाकांत लघाटे है क्या?'
'हां, हां, आइये, बैठीये.'
'बैठनेको टाइम नही. मेरा नाम माणिकजी. कल सुबह साडेपाच बजे तयार रहेना. गाडी लेकर आता हूं.' एवढं बोलून युनिफॉर्ममधला तो माणूस निघालाच. त्याला व्यवस्थित रस्त्यापर्यंत पोचवून रमाकांत घरी परत येतो तर घरात तोपर्यंत आणखीन पाच गजराची घड्याळं जमलेली.
त्या जमलेल्या अनाहूत घड्याळांनी रमाकांतला रात्रभर झोपून दिलं नाही. तासातासानं त्यातलं कोणतं तरी एखादं घड्याळ कोकलत होतं. आणि इतकं करून पाचच्या ठोक्याला एकाचाही गजर झाला नाही.
धडपडत रमाकांत उठला तेव्हा पाच वाजून दहा मिनिटं झाली होती. किलकिल्या डोळ्यांनी त्यानं पाह्यलं तर रमा त्याच्या बुटांना पॉलिश करण्यात गर्क झाली होती. रमाकांत अपराधी चेहरा करीत उठला. आपण चाललोत वहिदाकडे आणि रमा बुटाला पॉलिश करत आहे– त्याच्या मनाला ते लागलं.
मोरीत जातो तर ब्रशवर पेस्ट काढलेली. तोंड धुवून बाहेर येतो तर चहा तयार. पाठोपाठ अंघोळीचं पाणी वाट पाहतंय.
आंघोळ आटोपून रमाकांत बाहेर आला. पाहतो तो नवे कपडे.
'हे काय, हे कपडे कुणाचे?'
'तुमचेच.'
'पँट?'
'एका दिवसात शिवून घेतली.'
'बुशशर्ट?'
'तो आहे रडिमेड.'
'आणि वाघमाऱ्यांचा सूट?'

'तो मी त्याच दिवशी परत केला. अख्ख्या चाळीत सांगत बसला असता नंतर माझे कपडे घालून गेला म्हणून!'

रमाकांतनं गंजिफ्रॉकपासून, मोज्यापर्यंत सगळे नवे कपडे घातले. रमानं पॉलिश करून ठेवलेले बूट घालताना त्याला पुन्हा एकवार चोरट्यासारखं झालं. रमाकडे पहात त्यानं विचारलं, 'ह्या कपड्यांसाठी किती खर्च आला?'

'तो प्रश्न आता नाही विचारायचा. ती वहिदा रहेमान आहे बाबा. वाटेल त्या कपड्यांत भेटून द्यायला ती काय रमा आहे?'

'रमाकांत काही बोलणार तोच दरवाजावर धक्के आणि हाकावर हाका येऊ लागल्या.

दार उघडलं तर ही गर्दी. रमाकांतला पाह्यला. तेवढ्यात किणीकरांचा शरद ओरडला, 'वहिदाची सही आणायची बरं का.'

'अरे हो, विसरलोच.'

पण रमा विसरली नव्हती. तीनशे वह्यांचा गठ्ठा घेऊन ती मागंच उभी होती.

ठरलेल्या वेळेला माणिकजी आला.

पाटोळ्यांच्या, जवळजवळ मोडीत काढलेल्या चाळीसमोर वहिदा रहमानची भली मोठी इम्पाला वळवता वळवता माणिकजीला घाम फुटला.

गाडी थांबताच अप-टू-डेट युनिफॉर्ममधली दोन माणसं खाली उतरली. मुलांनी उत्साहानं त्यांना वर आणलं.

एअरइंडियाच्या महाराजाप्रमाणे त्या दोघांनी रमाकांतला कमरेत वाकून नमस्कार केला. रमानं तत्परतेनं तो वह्यांचा गठ्ठा त्यापैकी एकाच्या हातात दिला. रमाकांत निघाला तेव्हा आख्खी चाळ गॅलरीत जमली होती. वाघमारे मनात जळफळत होते. दोन वर्षांपूर्वी त्यांना हॉस्पिटलमधून, स्ट्रेचरवर टाकून आणावं लागलं होतं तेव्हा देखील लोकांनी एवढी गर्दी केली नव्हती. टेचात वळण घेऊन इम्पाला नजरेआड झाली.

वहिदाच्या घरचा थाट काय विचारावा? रमाकांतचे डोळे जवळजवळ पांढरे व्हायची वेळ आली होती. रमाकांतच्या पलंगावरच्या गाद्यांपेक्षा इथला गालिचा मऊ होता. फर्निचरच्या पॉलिशमध्ये रमाकांतला आपला चेहरा जितका स्पष्ट दिसला तितका स्पष्ट चेहरा त्याला घरच्या आरशात कधी दिसला नव्हता. त्यानं कोचावर भीतभीत अंग टेकलं तर तो वीतभर खाली गेला. समोरच्या छोट्या ॲक्वेरियममध्ये माशांसाठी जेवढं पाणी होतं तेवढं रमाकांतला एका वेळच्या आंघोळीसाठी मिळत नव्हतं. इथं किती शांत होतं. किती थंड, किती सुखद! छे, माणसं इतक्या सौख्यात राहात असणं शक्यच नाही. आपण राहतो ते जग. हा

नक्की स्वर्गच.

रमाकांत तिथं मायाजाळ पसरावं तसा बसून राह्यला. मधेच कुणीतरी आत आला आणि वहिदा रहेमानच्या फोटोंचा आल्बम तिथं ठेवून गेला. त्या आल्बमचं पहिलं पान उलटताच रमाकांत स्वत:शीच म्हणाला, 'वहिदा, वहिदा म्हणतात ती हीच काय? ही तर पहिल्यापासून माहीतच होती. अल्बम मागून अल्बम्स पाहून रमाकांत कंटाळला. दुसऱ्या कुठल्या तरी पुरुषाच्या बाहुपाशात असलेले तिचे फोटो पाहून पाहून किती पाहाणार? कितीजणांनी आजवर तिला बाहुपाशात घेतलं हे पाहण्यासाठी का आपण इथं आलो? तेवढ्यात झकपक पोशाख केलेला एक गृहस्थ हातात ट्रे घेऊन आला. 'साब, ब्रेकफास्ट.'

'हा, लेकिन बाई...'

'उनका शूटिंग रात को दो बजे खतम हुआ. उनको टाईम है!'

'ठीक ठीक.'

तो गृहस्थ ट्रे ठेवून गेला.

त्या आलिशान दिवाणखान्यात रमाकांत एकटा. समोर ट्रे विविध पदार्थांनी भरलेला. सजवलेला. ह्यातलं प्रथम काय खायचं? नंतर काय खायचं? ज्यूस अगोदर प्यायचा की कॉफी?

आणि कॉफी पिणार कशी? ती शिंची तयार करून प्यायची.

ह्या बाईच्या घरात एवढे नोकर. पण संपूर्ण कॉफी करायला एकालाही सवड नसावी? तसेच हे टोस्ट. पोलसन लोण्याचे, फ्रीजमध्ये कडक झालेले चौकोनी तुकडे, नुसते सटात ठेवले आहेत. देणाऱ्यानं दिले म्हणून हे चौकोनी तुकडेच्या तुकडे असे भसाभस खाता येतात काय? हे असलं कडक लोणी नीट लावता पण येत नाही, हे आता वहिदा रहेमानला मी सांगायचं काय?

रमाकांतनं खायला सुरुवात केली आणि समोरचा पडदा हालतोय असा त्याला भास झाला. खाता खाता त्याचा हात थबकला. खात असताना कुणी आपल्याला गुपचूप न्याहाळावं ही कल्पनाच विचित्र होती.

रमाकांतनं फक्त कॉफी घेतली. तीही तयार करण्याच्या भानगडीत न पडता. प्रथम तो ते चॉकलेटी रंगाचं मिश्रण प्यायला, नंतर कोरं दूध प्यायला आणि वर त्यानं चिमूटभर साखर खाल्ली.

आठ वाजता पोर्चमध्ये पुन्हा इम्पाला येऊन उभी राह्यली.

एक गृहस्थ गाडीतून खाली उतरला. त्यानं बिचकत बिचकत प्रवेश केला. प्रवेश करतानाच त्यानं रमाकांतला, आदरानं कमरेत वाकून नमस्कार केला. रमाकांतनं प्रतिनमस्कार केला.

'मेमसाब कहाँ है?'

'कौन मेमसाब?'
'वहिदाबेन?'
रमाकांतनं टेचात उत्तर दिलं.
'रातको दो बजे उनका शूटिंग खतम हुआ, वो इतने में नहीं आयेगी.'
'ठीक, ठीक'– असं म्हणत तो गृहस्थ रमाकांतशेजारी बसला.
–दोन तास...
कोचावर वरच्यावर बसून रमाकांतचे पाय आणि शरीरही अवघडून गेलं. कोच चांगला प्रशस्त असूनही रमाकांत ऐसपैस बसू शकत नव्हता. वहिदा रहेमान एकदा भेटेपर्यंत अंगावरच्या कपड्यांना सुरकुती पडून चालणार नव्हतं.
पुन्हा एकवार मधला पडदा हलला आणि ब्रेकफास्टचा ट्रे आला. तो ट्रे आता त्या नव्या माणसासमोर ठेवण्यात आला.
'मेमसाब को टाईम है.' असं सांगून वेटर निघून गेला.
त्या नवागतानं सर्व रिवाज माहीत असल्याप्रमाणं सटासट खायला प्रारंभ केला. आपणही कसं खायला हवं होतं याची कल्पना रमाकांतला आली.
खाणं संपल्यावर रमाकांतनं विचारलं, 'आपका शुभनाम?'
'मेरा नाम तांबे.'
'तांबे?'
'जी हां मेरा होटल है.'
–ह्या माणसानं सगळं रीतसर का खाल्लं ह्याचा रमाकांतला पत्ता लागला.
'आपण इथं कसे?' रमाकांतनं मग शुद्ध मराठीत विचारलं.
'आपले आवडते कलाकार ओळखा–' ह्या स्पर्धेत मी दुसरा आलो. वहिदा रहेमानचा मला दहा तास सहवास मिळायचा आहे.'
'विश यू बेस्ट लक!'
'का हो?'
'मी पहिल्या क्रमांकाचा विजेता. मला बारा तास सहवास मिळणार होता.'
'होता म्हणजे?'
'सकाळी सहा वाजता आलो. दोन तास इथं नुसताच 'वास' करून राह्यलोय. दहाच्या सुमारास आणखी एक गृहस्थ आले. ह्यांच्या गळ्यात एक शबनम पिशवी होती. खिशात चारपाच रंगांच्या पेन्सिली. तोंडात सिगारेटचं थोटूक. शबनम बॅगेत बऱ्याचशा वह्या.
हा गृहस्थ आत आला. कुणीही बसा म्हणायची वाट न बघता बसला.
बाहेरच्या खोलीचं संपूर्ण निरीक्षण करून झाल्यावर तो स्वत:शीच म्हणाला, 'स्प्लेंडीड!'

तेवढ्यात पुन्हा आतून ट्रे आला. तो त्यानं परत आत पाठवला आणि वेटरला म्हणाला, 'मेरे लिये, सिर्फ कोक लाव!'
कोकाकोलाची बाटली येईपर्यंत त्या अवलियानं शबनम बॅगेतून एक वही काढली आणि खोलीतल्या फर्निचरची भराभरा स्केचेस् काढायला सुरवात केली.
तांब्यांचं कुतूहल चाळवलं गेलं. स्केचेस्चं कौतुक करीत त्यांनी विचारलं, 'आपण?'
'मी बी. एकनाथ.'
'चित्रकार आहात?'
'इंटिरिअर डेकोरेशनची कामं करतो.'
'वहिदाबाईंनी आपल्याला ऑर्डर दिलीय वाटतं?'
'छे छे.'
'मग आपण इथं.'
'मी तिसऱ्या क्रमांकाचा मानकरी आहे.'
टाळी देण्यासाठी हात पुढे करीत, आणि दुसऱ्या हाताचा आंगठा आतल्या दरवाजाच्या दिशेनं नाचवीत रमाकांतनं विचारलं, 'म्हणजे बाईंचा सहवास...'
'करेक्ट. फक्त आठ तास.'
'पण आठ तासांत तुम्ही काय करणार?'
'इथं कुणा लेकाला काय करायचंय? अरे वहिदाला काय पहायचंय?'
दोघं दचकले.
'अरे भिताय काय? ती मस्त एअर कंडिशण्ड बेडरूममध्ये झोपली असेल. आपण आल्याचा तिला पत्ताही नसेल. मी फक्त इथलं डेकोरेशन कसं असेल हे पहायला आलो. एवढी स्केचेस् झाली की मी चाललो.'
त्याच क्रमानं बारा वाजता एक गृहस्थ चौथा क्रमांकवाले आणि पाचवा क्रमांकवाले दोन वाजता आले.
पहिल्या चार क्रमांकांना जेवण मिळालं.
कपड्यांची पर्वा न करता रमाकांत आता चक्क आडवा झाला. पण झोपून झोपून किती वेळ झोपणार? त्याशिवाय घरी गेल्यावर चाळीतली माणसं सळो की पळो करतील आणि त्याशिवाय, ओ, माय गुडनेस! वहिदा रहेमानच्या सह्यासाठी वह्या आणल्या आहेत, त्याचं काय? जेवण झाल्यावर तो आर्टिस्ट निघाला होता. वशिला लावून सगळ्या खोल्यांची स्केचेस त्यानं पदरात पाडून घेतली होती. तितक्यात एक कल्पना सुचून रमाकांत म्हणाला, 'माझं एक काम कराल तर तुमचे उपकार मी जन्मभर विसरणार नाही.'
'बोला.'

‘चाळीतल्या मुलांनी वहिदा रहेमानच्या ऑटोग्राफसाठी वह्या दिल्या होत्या. तुम्ही चित्रकार आहात. त्यांच्या सहीसारख्या सह्या..’

‘अहो, पण मी त्यांची सही पाह्यली पण नाही.’

‘इथं फोटोच्या आल्बमवर सही आहे ना बाईंची. सहीसारखी सही पाहा. पोरांची समजूत पटली की झालं!’

‘ऑल राईट, लेट अस् ट्राय!’

चित्रकारानं बैठक मारली आणि हा हा म्हणता वह्यांचा गठ्ठा संपवला.

दोन वाजता पाचवा क्रमांक आला. त्यानं एकूण नूर ओळखला. तो एक छोटासा बातमीदार होता. हे असले प्रकार त्याला नवीन नव्हते. फार घोळ न घालता त्यानं पोतडीतून पत्यांचा जोड काढला आणि इतरांना खेळण्यासाठी पाचारण केलं. पत्ते हातातही न धरणारा रमाकांत, पण आज इलाजच नव्हता. पानं वाटली गेली आणि पहिल्याच डावाला चमत्कार झाला. रमाकांतला रमी लागली.

हा चमत्कार मग प्रत्येक डावाला होत गेला. एका पाठोपाठ एकेक डाव रमाकांत जिंकत गेला. चार तास कसे गेले हे कळलं नाही. त्याचप्रमाणे खिशात शंभराची जमा कशी झाली हेही कळलं नाही. ज्या ज्या क्रमानं मग एकेक विजेते आले, त्या त्या क्रमानं त्यांना निरोप देण्यात आला. रमाकांत पहिल्या क्रमांकाचा. त्याला नेण्यासाठी मोटार शेवटी आली.

पाटोळ्यांची आख्खी चाळ स्वागतार्थ उभी होती. वय वर्षं आठ ते साठ, माणसं दुतर्फा उभी होती. पोरांनी गराडा घातला. त्या लाटेतून वाट काढीत वर यायला रमाकांतला वीस मिनिटं लागली. वह्यांचा गठ्ठा नोकरानं वर आणला. कमरेत वाकून सलाम केला आणि टाळ्यांच्या गजरात इम्पाला बाहेर पडली.

रमाकांतभोवती पुन्हा गराडा पडला. सह्यांच्या वह्या पोरांनी पळवल्या. वहिदाची सही दोनशे-अडीचशे वेळा आणणारा रमाकांत चाळीचा पद्मविभूषण ठरला. मुलांची वह्यांसकट पांगापांग झाल्यावर, मोठ्यांची बैठक बसली. प्रश्नांची फैर झडली.

गंभीर चेहऱ्यानं रमाकांत सांगू लागला, ‘अरे, सकाळी गेलो तर वहिदा पोर्चमध्ये उभी. माझा हात धरून तिनं मला आत नेलं. केवढा तो हॉल. अरे, पाटोळ्यांच्या इमारतीचा अख्खा तिसरा मजला एकत्र केला तरी तो लहान वाटेल. मी तिथं बसणार होतो, पण ती म्हणाली, हातपाय धुवून घ्या. महाराजा, बाथरूमचं वर्णन काय करू? किती करू? आणि केव्हा करू?’

‘केव्हा करू म्हणजे?’

‘म्हणजे असं, हातपाय धुण्यासाठी मी बाथरूममध्ये आणि पुन्हा टबबाथ घेण्यासाठी तिच्याबरोबर पुन्हा मोरीत गेलो.’

'तुम्ही टबबाथ घेतला?'

'येस्.'

'वहिदाबरोबर?'

'मग काय? तिच्या खानसाम्याबरोबर?'

मंडळींच्या डोळ्यांची बुबुळंच बाहेर आली.

रमाकांतला स्फुरण चढलं.

वर्णनाला शब्द कमी पडले. बंगला किती मोठा, गच्ची केवढी प्रचंड, डायनिंग टेबल किती अफाट, सगळंच मोठं. काही कमी नाही.

दोन तासांनी मंडळी पांगली.

रमानं नुसतं शांत आवाजात विचारलं, 'जेवणार का?'

'अर्थात.' रमाकांत ओरडला.

नेहमीच्या पिठलंभातावर रमाकांत आडवा पडून हात मारू लागला, तेव्हा रमा फक्त स्वत:शी हसली. दिवसभराची भूक बोलत होती ही.

आवराआवरी झाली. रमाकांत आडवा झाला.

दिवा मालवला गेला. रमा रमाकांतच्या कुशीत शिरली.

'माझ्यावर रागावलीस?'

'थोडी रागावले होते.'

'का?'

'तुम्ही दोघांनी एकत्र आंघोळ केल्याचं समजलं तेव्हा.'

'आता राग गेला?'

'मघाशीच गेला.'

'कसा?'

'तुम्ही फार फार साधे आहात. भोळे आहात. म्हणूनच ही रमा तुमच्यावर जीव टाकते एवढा!'

'मी काय केलं बुवा त्यात?'

'तुम्हाला कल्पनाशक्तीसुद्धा नाही. थापासुद्धा तारतम्यानं मारता येत नाहीत. कल्पकता तर काडीची नाही. म्हणूनच मला आवडता.'

'पण काय झालं ते सांग ना?'

'वैभव, वैभव, खूप संपत्ती म्हणजे काय? तर घरातली प्रत्येक गोष्ट चिक्कार मोठी— म्हणजेच वैभव? म्हणे हॉल मोठा, डायनिंग टेबल मोठं, बाथरूम मोठी...'

'खरंच सगळं प्रचंड होतं.'

'असेल हो, तोपर्यंत माझाही विश्वास बसत चालला होता. पण तुम्ही जेव्हा

म्हणालात...'

'काय म्हणालो?

'वहिदा रहेमान म्हणजे तुम्हाला काय किणीकरांची पमी वाटली काय?'

'खरंच आहे ते.'

'अहो, म्हणून काय झालं? वहिदा झाली म्हणून तिचा हातरुमालसुद्धा तीन फूट बाय तीन फूट असेल का?'

रमाकांतनं अंधारातसुद्धा जीभ चावली.

रमा हसत सुटली.

'हसू नकोस. दिवा लाव जरा.'

रमानं दिवा लावला.

उशीखालचं पुडकं सोडत रमाकांतनं त्यातून साडी काढली.

'आज प्रथम पत्ते खेळलो. प्लस झालो. तुझ्यासाठी साडी आणली आणि आता एक सांग– बुशशर्ट आणि पँटसाठी पैसे कुठून आणलेस?'

रमानं उत्तर दिलं नाही.

तिनं पुन्हा दिवा मालवला.

रमाकांतच्या कुशीत शिरत ती म्हणाली,

'रमाकांत.'

'बोल लाडक्या–'

'जगात मेनका आहेत, उर्वशी आहेत. रंभा आहेत. मोहक अप्सरांनी हे जग ओसंडून वाहात आहे. पण रमाकांत शेवटी, नवऱ्याच्या पिवळ्या गंजिफ्रॉकची पर्वा न करता जी नवऱ्याच्या कुशीत शिरते ना, तीच त्याची वहिदा रहेमान!'

◻

हम पंछी

	सोमवार	मंगळवार	बुधवार	गुरुवार	शुक्रवार	शनिवार
		१	२	३	४	५
६	७	८	९	१०	११	१२
१३	१४	१५	१६	१७	१८	१९
२०	२१	२२	२३	२४	२५	
२७	२८	२९	३०	३१		

कल्पना करा!– हो हो, कल्पनाच करा. लग्नमुंजीत किंवा सत्यनारायणाच्या पूजेत किंवा मंगळागौरीला, वटपौर्णिमेला– किंवा उदकशांत करायच्या वेळेला जो भटजी लागतो, तो भटजी– म्हणजे ज्याला आपण आदरानं गुरुजी म्हणतो असा माणूस किंवा आणखीन जवळची खूण सांगायची झाल्यास, जो माणूस जेवताना लाडू किती खातो त्याचा हिशेब घरातली लहान मुलं ठेवतात तो माणूस, किंवा आणखीन एक खूण म्हणजे लग्नकार्यात फोटो काढायच्या वेळेला जो भलतीकडेच तोंड मधे आणून स्वत: फोटोत येण्यासाठी धडपड करतो तो माणूस– अशा त्या भटजीने, आपल्या तुळतुळीत केलेल्या डोक्यावरून,शेंडी कुरवाळत, समोर बसलेल्या रूबाबदार, टेरिलीन सुटाबुटातल्या, एम् .डी. एफ्.आर.सी.एस्. फिजिशियनला सांगितलं की, ‘बाबा रे, तुझा माझा व्यवसाय एकाच जातीचा आहे.’– तर काय वाटेल? सांगा काय वाटेल?– तुम्ही सांगणार नाही. तुम्ही म्हणाल की असं होईलच कसं? पण तसं घडलं म्हणून तर हा लहानसा किस्सा सांगायची पाळी आली!

हे घडलं. अश्विनीकुमार आरोग्य केंद्रात हा प्रकार घडला. अगदी अलीकडेच हे केंद्र सुरू झालं. चार स्पेशॅलिस्टनी एकत्र येऊन सुरू केलेलं हे केंद्र. हार्ट स्पेशॅलिस्ट अश्विनीकुमार लाडची ही मूळ कल्पना. केंद्राला नाव देताना मात्र इतर तीन डॉक्टरांच्या आडनावांची आद्याक्षरं बरोबर जुळत होती, म्हणून तेच नाव नक्की करण्यात आलं. ‘कु’ म्हणजे कुमठेकर. हा कान, नाक, घसा विशारद. ‘मा’ म्हणजे मानकर. हा डेंटिस्ट होता. आणि ‘र’ म्हणजे रणदिवे. हा मानसोपचार तज्ज्ञ होता. त्यावरून कुमार हे नाव पक्कं करण्यात आलं. चौघे समवयस्क. एकाच वेळी शिक्षणक्रम पुरा करून, परदेशच्या वाऱ्या करून परतलेले होते. चौघांची दिलजमाई तर दृष्ट लागण्यासारखी होती. हसतखेळत यायचे, हसतखेळत जायचे. चौघांचेही चेहेरे प्रसन्न असायचे. त्या रुबाबदार, हसतमुख चेहऱ्यांकडे पाहूनच रोग्याला निम्मं बरं वाटायला लागत असे. आरोग्यमंदिराला जागा पण चांगली मोक्याच्या ठिकाणी मिळाली होती. आरोग्यमंदीर चांगलं चाललेलं होतं. उत्तम फर्निचर, उत्तम पडदे, चांगल्यापैकी एक्झॅमिनेशन

रूम्स, आकर्षक फ्लॉवरपॉटस् आणि टेबलाटेबलावर फोन. बाहेर पेशन्ट्सची वर्दी द्यायला चौघांत मिळून एक पोरगा. आता कन्सल्टिंग रूम्स फक्त एअरकंडिशण्ड करून घ्यायच्या बाकी होत्या. तेही काही महिन्यात, जर चांगले कापण्यायोग्य पेशण्ट्स मिळाले–म्हणजे बकरे... तर तेही जमून जाईल. आणि त्यात काही अशक्य नव्हतंही. योगायोग असा, की चौघंही घरचे, मूळचे श्रीमंत होते. प्रत्येकाचे वडील डॉक्टरच होते. त्यांच्यापैकी कुणाचेही वडील आता हयात नव्हते. पण सगळे कशाचे ना कशाचे डॉक्टरच होते. त्यामुळे प्रत्येकाची 'ढकलस्टार्ट' का होईना गाडी होती. दाराशी 'पॉश' गाडी घ्यावी, का खोली आणखीन डेकोरेट करावी– असा काहींना प्रश्न पडला होता. पण त्याहीपेक्षा चौघेहीजण 'दिलवाले' होते, ह्यालाच महत्त्व होतं.

सहसा कुणीही रिकामा नसायचा. पण त्या दिवशी कसं कुणास ठाऊक, अश्विनीकुमार लाडकडे पेशण्ट्स अजिबात नव्हते. ॲपॉईण्टमेण्ट घेऊन फक्त मिसेस शहा यायची होती. पण ह्या मिसेस शहाच्या ॲपॉइण्टमेण्ट घेण्याला काही अर्थ नव्हता. नऊची वेळ दिली तर रात्री दहा वाजता आरामात येई. आज ती आठ वाजता यायची आहे. मुंबईतल्या नावाजलेल्या गिरणीवाल्याची बायको. फॅशन म्हणून फिजिशिअनकडे येणारी. पण बाई म्हणजे साक्षात रत्न होती रत्न! वाट पहावी अशी होती. जान बेचैन करणारं लावण्य. नाजूक तर इतकी की नाडी पकडण्यापुरतं तरी मनगट हातात घ्यावं की न घ्यावं.

–लाड तिची वाट पहात बसले होते. त्यांचा वेळ जाता जात नव्हता. इतर तिघं आज फार कामात होते. वेळ कसा ढकलायचा ह्या विचारानं लाड परेशान झाले होते. वेळ घालवता येईल असं कोणतंही साधन उपलब्ध नव्हतं.

खिडकीतून त्यानं बाहेर पाह्यलं. समोर छोटासा पार्क होता. घसरगुंडी होती, झोपाळे होते. पोरं त्यावर नाचत होती, बागडत होती. अंधार पडायला आला होता. डॉक्टरांना त्यांचं बालपण आठवलं. तेही असेच वेळीअवेळी बागेत पळायचे. वडिलांचा त्यापायी केव्हा केव्हा मार पण खायचे.

पण एकंदरीत बालपण मजेचं होतं. वेळ कसा काढावा, असा सवाल त्या वयानं कधी केला नाही. सायकल होती, पोहणं होतं, बाग होती, आणि काहीच नसलं तर वेळ काढायला, आठवण काढून हसायला वर्गात सद्या होता.

–सद्या! वामनभटजींचा मुलगा सद्या, लेंगा आणि चुरगाळलेला शर्ट घालून येणारा सद्या! आपण जेव्हा ऐटीत नुसत्या हातात पुस्तकं नेत होतो शाळेत, तेव्हा 'मंगलोरी तपकीर वापरा' असा मजकूर छापलेल्या पिशवीत पुस्तकं घेऊन येणारा सद्या! चप्पल तर रोज एकदा लंपास करत होतो आपण...! पण त्या अंगठा तुटलेल्या चपलेपेक्षा, हातातल्या पिशवीपेक्षाही सर्वात विनोदी काही असेल तर

सद्याची काळी टोपी आणि मागे लोंबणारी शेंडी! वर्गात आल्यावर मास्तर नसताना, सद्याची टोपी उडवून, त्याच्या तुळतुळीत डोक्यावर टपला मारल्या नाहीत तर वर्गात हजेरी लागल्याप्रमाणे वाटत नसे. व्रतवैकल्यं करणाऱ्या साध्वीच्या तुळशी प्रदक्षिणा एक वेळ राहतील, पण सद्याच्या तुळतुळीत डोक्याचा स्पर्श तळहाताला झाला नाही असं कधी घडलं नाही. ह्या रतिबात कुमठेकर, मानकर आणि रणदिवे ह्यांचाही समावेश होताच. प्रथम प्रथम सद्या चिडायचा, नंतर नंतर मास्तरांकडे तक्रार करायचा. एकदा मास्तरच त्याला म्हणाले,

'तू गोटा का करतोस?'

'माझ्या वडिलांची सक्त ताकीद आहे.'

'तुझे वडील काय करतात?'

त्यावर सद्या गप्प उभा राह्यला, पण तेवढ्यात कुमठेकर ओरडला, 'सर ते भटजी आहेत.'

त्यावर सगळा वर्ग खदखदून हसला होता.

सद्या बुद्धीनं यथातथाच होता, पण अत्यंत कष्टाळू होता. त्या गबाळ्या दिसणाऱ्या पिशवीत पुस्तकं अगदी नीटनेटकी लावलेली असतं. दुसरा एक गुण म्हणजे तो अत्यंत सहनशील होता. वर्गानं एवढं छळलं, पण पठ्ठ्या कधी रडला नाही. बोलायचा थोडा, पण चपराक बसेल असा बोलायचा. मानकरनं त्याला एकदा विचारलं,

'सद्या आमच्यावर रोज भडकतोस की नाही?'

'का?'

'आम्ही तुला रोज पिकवतो म्हणून?'

त्यावर सद्या म्हणाला,

'मानकर, राणीच्या बागेत एक मोठा पिंजरा आहे माकडांचा. त्या पिंजऱ्यात जर तुला एकट्याला सोडला तर तुझी पंचाईत होईल का माकडांची होईल?'

मानकरला त्याचा खरा रोख न समजून तो म्हणाला,

'सद्या, बुद्दूसारखे प्रश्न विचारू नकोस. विचारतोस म्हणून सांगतो, पण उत्तर बरोबर दिलं तर तुझ्या हातानं टोपी काढायचीस आणि मला गोट्यावरून हात फिरवून द्यायचास–'

'कबूल.'

'अरे पंचाईत माझीच नाही का होणार त्या माकडांपायी?'

टोपी काढत सद्या म्हणाला, 'माझं तेच होतं ह्या वर्गात, म्हणून मी चिडत नाही.'

समोर टोपी काढून सद्या उभा होता, पण मानकरला त्या उत्तरानं, त्याच्या डोक्यावरून हात फिरवायला सुचलं नाही.

–असं जरी होतं तरी सद्या ही एक सगळ्या वर्गाची करमणूक होती. मास्तर पण

केव्हा केव्हा म्हणायचे, 'सदोबा, समजलं का?'– सद्यानं 'हो' म्हटलं की मास्तर म्हणायचे, 'इफ सदोबा फॉलोज देन् एव्हरीबडी फॉलोज.' वर्ग हसायचा, आणि हेही वाक्य नीट न समजून वर्गाबरोबर तोही हसायचा.

पण अशा सदोबापुढे सगळ्या वर्गानं हार खाल्ली होती ती पाठांतरापुढे. रामरक्षा पाठांतराची स्पर्धा ठेवली तर सद्याची रामरक्षा मूळचीच पाठ. गणपती-उत्सवाच्या वेळी सकाळी साडेसात वाजता श्रींची प्राणप्रतिष्ठा करायला शाळेत बोलावलं होतं. 'आंघोळ करून कोण कोण आलंय्?' ह्या प्रश्नाला फक्त सद्याचा हात वर झाला होता. इतर सर्व विषयांत जेमतेम काठावर पास होणारा सद्या, मॅट्रिकपर्यंत जिंकून होता संस्कृत-मराठीत. शंभरापैकी अठ्याण्णव-नव्व्याण्णव मार्क असायचे त्याला संस्कृतमधे. मॅट्रिकला कसा कुणास ठाऊक, तो कच्चा असून गचकला नाही, शंकरशेट स्कॉलरशिप घेऊन गेला.

नंतर वाटलं होतं– हा प्राणी एम.ए. वगैरे होईल, पण स्वारीला सायन्सला पाहून आपण चौघंही हादरलो होतो. त्याला प्रश्न विचारल्यावर तो म्हणाला होता,

'तुमच्यासारखा मी पण डॉक्टर होणार.'

हे सांगतानाही डोक्याला टोपी होती आणि मागच्या बाजूला शेंडीचे केस डोकावत होते. शाळेप्रमाणेच कॉलेजात पण आपली कोर्स संपेपर्यंत करमणूक होणार ह्या विचारानं आपण चौघंही खुललो होतो. पण नंतर नंतर सद्या वर्गात असूनही त्याच्यावर लक्ष ठेवता येणं अशक्यच झालं. शामा रानडेचं कॉलेजात आगमन झालं आणि आपण चौघंही तिच्यासाठी धापा टाकू लागलो.

...खिडकीतून बाहेर पहाता लाड भूतकाळात जाऊन आले. त्यांची विचारांची साखळी नेहमीप्रमाणे शामा रानडेपाशी येऊन थांबली. ही पोरगी कॉलेज अर्ध्यावर टाकून गेली, पण सगळ्या कॉलेजची हवा काढून टाकून गेली. कुमठेकर, मानकर आणि रणदिवे हे तिघंही आपल्यासारखेच तिच्यासाठी पागल झाले होते. शामा सर्वांशी मिळून मिसळून होती, पण तिनं ठराविक अंतर कधी तोडून दिलं नाही. कॉलेज अर्ध्यावर टाकून गेली ती गेली, नंतर तिनं स्वतःचा पत्ता पण लागून दिला नाही.

शामा रानडेचा पुन्हा एकदा विचार चालू असतानाच, वर्दी देणाऱ्या मुलानं लाडांना एक व्हिजिटिंग कार्ड आणून दिलं, 'एस. व्ही. दीक्षित'– हे नाव पाहून लाडांना काही उलगडा झाला नाही. 'पाठवून दे' असं त्या मुलाला सांगून दीक्षित कोण असेल बुवा, असं स्वतःशी म्हणत ते त्याची वाट पहात राह्यले.

झुलत्या दरवाजाला लोटीत एक प्रसन्न व्यक्तिमत्त्वाचा, टिपटॉप पोशाख केलेला गृहस्थ आत आला. प्रथम लाडांच्या नजरेत जर काही भरलं असेल, तर त्या गृहस्थाचे केस. अत्यंत कुरळे आणि वळण आकर्षक असलेले.

डॉक्टरांशी शेकहॅंड करीत त्या माणसानं विचारलं, 'ओळखलं का?'

लाडांनी नकारात्मक मान हलवली. त्यावर तो गृहस्थ हसला, जिंकल्याप्रमाणे, आणि लाडांकडे पहात त्याने आपल्या केसांवरून हात फिरवला, आणि सर्वात मौज म्हणजे त्यानं डोक्यावरचे केस सगळेच्या सगळे काढून बाजूला, पण डॉक्टरांच्या सन्मायका टॉप असलेल्या टेबलावर ठेवले. लहानपणाचा परिचित, तुळतुळीत गोटा आणि शेंडी पाहून लाड खुर्चीतल्या खुर्चीत उडालेच. ते मोठ्यांदा ओरडले,
'सद्या? –तू सद्या?'
त्यांना उत्तर न देता सद्यानं आपलं डोकं लाडांच्यापुढे वाकवलं, आणि तो म्हणाला, 'लहानपणची हौस अजून भागवून घे. डोकं पुढे केलेलं आहे. अजून टपला मारून घेऊ शकतोस. आय डोन्ट माईंड!'
'थांब थांब, लेका, मला ही आनंदवार्ता सगळ्यांना कळवू दे. मी फोनवरून बोलावतो सगळ्यांना. तू प्लीज, तेवढा टोप परत चढव.'
इंटरकॉमवरून सगळ्यांना आमंत्रण पाठवीपर्यंत सद्यानं आपला केसांचा टोप डोक्यावर चढवला.
पाच-पाच मिनिटांच्या अंतरांनी कुमठेकर, मानकर आणि रणदिवे लाडांच्या खोलीत जमले. लाडांप्रमाणेच त्या तिघांनीही सद्याला ओळखलं नाही. पण पुन्हा एकवार डोक्यावरचा टोप उतरताच तिथं धमाल उडाली.
'सद्या, तुला आमची आठवण मध्येच कशी काय झाली?'
'आठवण नेहमीच होते. पण परवा कुणीतरी म्हणालं की तुम्ही चौघांनी एकत्र व्यवसाय सुरू केला म्हणून. आज बायकोला सोडलं एका ठिकाणी जेवायला आणि डायरेक्ट इकडे आलो.'
–बोलता बोलता सद्यानं, पँटची पर्वा न करता खुर्चीतल्या खुर्चीत चक्क मांडी ठोकली. इतर तिघांनी अर्थपूर्ण, एकमेकांकडे पाह्यलं, पण ती हालचाल सद्याच्या नजरेतून निसटली नाही. तो खास कोकणी ढंगात म्हणाला,
'लेका, नेत्रपल्लवी रे कसली करता एकमेकांत माझ्याबद्दल? सरळ सरळ हाणा की आम्हाला. तंगड्या वर घेऊन बसलो म्हणून टवाळी करता काय? ह्या सोडल्या खाली, बस्स?'
'सद्या, डोन्ट वरी! तू कसाही बस, आमचा दोस्त आहेस तू. तुला सब कुछ माफ!' मानकर म्हणाला.
'तुम्ही सगळे खिसे कापू, आज रिकामे कसे रे?' सद्यानं प्रश्न केला.
'रिकामे कुठले? आत्ताच वेळ मिळाला, तेवढ्यामध्ये फोन आला. आमचं राहू दे. तू इकडे कसा काय वळलास?'
'पत्ता काय तुझा सध्या?'
'उद्योग काय करतोस?

सद्यावर प्रश्नमाला झडली.
'तुमचा आणि माझा व्यवसाय पुष्कळसा सारखाच आहे, पण मी तुमच्यापेक्षा जास्त भाग्यवान आणि सुखी आहे.'
'अरे पण लेका, काय करतोस ते सांग ना!' रणदिवेनं विचारलं.
'तुम्ही सगळे काय करताहात?'
'वडिलांचाच व्यवसाय, वारसा म्हणून.'
'मग मी पण आमच्या पिताजींचा धंदा पुढे चालवतोय.'
'म्हणजे वामनभटजींसारखा...'
'येस्, आम्ही सदाशिवभटजी, कळलं?'
'सद्या, तू लेका भिक्षुकी करतोस?'
'येस्.'
'चालते?'
'तुमच्या चौघांच्या आरोग्यकेंद्रापेक्षा जोरात चालते भिक्षुकी माझी.'
'अरे पण, तुला हा व्यवसाय करावासा वाटला तरी कसा?'
'हा, हा प्रश्न मात्र जास्त चांगला आहे. कोणताही व्यवसाय निवडताना माणूस काय काय पाहतो? तर कमीत कमी कष्ट, जास्तीत जास्त आबादीआबाद.'
'सद्या, हे कॉन्ट्रॅडिक्टरी स्टेटमेंट आहे. कष्ट कमी आणि पैसा चिक्कार, हे हल्लीच्या जमान्यात, नॉट ॲट ऑल पॉसिबल!' लाड म्हणाला.
'का?'
'आमच्या चौघांचा प्रत्यक्ष अनुभव आहे तो. जेवायला फुरसत मिळत नाही लेका. तुला काय? एवढी धावपळ केली तर हे वैभव आहे.' मानकर म्हणाला.
'म्हणूनच म्हणालो मी, तुमच्यापेक्षा भाग्यवान आहे मी. व्यवसाय निवडताना मी असाच निवडला की ज्यातली कॉंपिटिशन दिवसेंदिवस कमीच होत जाईल.'
'ते कसं?'
'पहा की तुम्हीच. स्टेशनपासून तुमच्या ह्या केंद्रापर्यंत फिजिशियन, ऑब्स्टेरियन, सर्जन ह्यांच्या शेकड्यांनी पाट्या पाह्यल्या, पण भटजी म्हणून एक तरी बोर्ड आहे का?'
–सद्याच्या ह्या विधानावर चौघेही निरुत्तर झाले. सद्याला हुरूप आला. तो म्हणाला, 'आमच्या तीर्थरूपांनी सांगितले ते योग्यच होते बरे! ते म्हणाले, 'सदोबा कॉलेजात पाच सहा वर्षं वाया घालवाल, कदाचित डॉक्टर व्हालही. पण ध्यानात ठेवा, दगदग फार. सगळी ऐपत असून, वेळेवर घास पोटात जायचा नाही. अरे बाबा, जेवणासाठी जंगजंग पछाडायचं, आणि शेवटी जेवणाचे हाल करायचे हे काही खरं नाही.'

'–आपल्याला ते पटलं आणि ठरवलं की भिक्षुकी करायची. आणि भो डॉक्टरहो, माझं बेस्टपैकी चाललं आहे. दोन वेळेला करेक्ट जेवणाच्या वेळी मी घरी असतो, आणि स्वत:च्या नव्हे, लोकांच्या. तेही सन्मानानं. लोकांच्याकडे जी त्यांची अशी बेस्ट डिश असते ती मला मिळते.'

'सद्या, भटजीच्या मागे काय बोलतात हे माहीत आहे का?'

'जास्तीत जास्त काय म्हणतात? तर खादाड. भटजीज् आर नोन फॉर खादाडी. पण डॉक्टरच्या मागं काय काय बोलतात, सांगू? व्हिजिट फीपासून बोलतात.'

'शक्य आहे. पण सद्या तुझा आणि आमचा धंदा एकाच जातीचा हे तू कसं काय म्हणतोस?' रणदिव्याने विचारलं.

स्वत:वर टीका होत असतानाही त्या चौघांना सद्याच्या बोलण्यात मजा वाटत होती. चौघंही अत्यंत खिलाडू वृत्तीचे होते. आणि थोडी जरी बुद्धिमत्ता कुणामधे आढळली तरी रसिकपणे त्याचं स्वागत करणारे होते. सद्यासारख्या अजब वल्लीनं, भिक्षुकी आणि डॉक्टरकी हे व्यवसाय एका जातीचे आहेत असं विधान करून ते सिद्ध करणं–हा विषय चौघांना अत्यंत मजेचा वाटत होता. आपल्या जुन्या वर्गमित्राचा तो प्रश्न ऐकून सद्याला हुरूप आला. तुळतुळीत गोट्यावरून हात फिरवीत, शेंडी सारखी करत तो म्हणाला,

'भटजी आणि डॉक्टर ह्यांचा व्यवसाय लोकांच्या विश्वासावर चालतो. डॉक्टरांनी अमूक एक गोष्ट केलीच पाह्यजे म्हटलं की लोक मुकाट्यानं करतात. भटजीचं पण लोक तेवढ्याच भावनेनं ऐकतात. डॉक्टरला आणि भटजीला मान तर मिळतोच मिळतो. अर्थात ही वरवरची साम्यस्थळं झाली. तसा विरोध पण खूप आहे. पण अर्थात त्या विरोधामधेही भटजीच सुखी.'

'सद्या, यू हॅव टू प्रूव्ह इट्!'

'जरूर, मानकर तुझे वडील कसे गेले?'

'हार्ट अटॅक.'

'लाड तुझे?'

'हार्ट ट्रबलनेच.'

'रणदिवे तुझे पिताजी?'

'आमचे चौघांचे वडील हॉर्ट ॲटॅकनेच गेले.'

'–इथंच पहा. आतापर्यंत एक तरी भटजी हार्ट ॲटॅकनं मेल्याचं ऐकलंत का?'

सगळेजण 'नाही' म्हणाले.

'अरे हार्ट ॲटॅक येईलच कसा? मुख्य कारण जेवणाची आबाळ कधीच होत नाही भटजीची. दोन वेळेला सपाटून, वेळेवर जेवण, भरपूर झोप. झोपेच्या आणि जेवणाच्या वेळा संभाळल्या गेल्या की डॉक्टरला भेटायची वेळच येत

नाही. भिक्षुकाचा हा एक फायदा. डॉक्टरची बिलं बुडविणारे पेशंट जगात आहेत. पण अगदीच ऐपत नसलेला माणूसही भटजीचं देणं ठेवत नाही. कारण तिथं धार्मिक भावनांचा फार मोठा प्रश्न आहे. त्यामुळं आजवर भटजी, पैसे मिळाले नाहीत म्हणून बुडालेला कुणी ऐकलेला नाही– आणि आता इथून पुढे आमच्या व्यवसायाला फार मोठं मार्केट आहे.'

'ते कसं काय? – उलट सद्या, जग एवढं पुढं जातंय की कालची नाणी आज चालत नाहीत. नवीन नवीन शोध लागताहेत, जीवनाला वेग येतोय.' लाड म्हणाला. पाठोपाठ रणदिवे म्हणाला,

'येस् सद्या, लाईफ इज व्हेरी फास्ट. रिडर्स डायजेस्ट वाचतोस कधी? त्यातलं तू जूनच्या इश्यूमधलं 'टुमारोज लाईफ' आर्टिकल वाच. आपण कुठं आहोत ते तुला कळेल. रीयली, लाईफ इज व्हेरी फास्ट.'

सद्या डोळे मिचकावीत म्हणाला,

'लाइफ इज फास्ट म्हणून तर हल्ली मी पूजेला स्वतःच्या मोटारीतून जातो.'

'काय?'

'येस्. आय एम मेन्टेनिंग ए कार.'

'बक अप् सद्या. अरे पण मोटारीतून जाऊन जाऊन जातोस कुठे? तर पूजेलाच ना? सद्या सद्या, डायजेस्ट वाचच तू.'

'हे बघ रणदिवे. जोपर्यंत पंचांग बदलत नाही तोपर्यंत आपल्याला डर नाही. कितीही सुधारणा झाल्या तरी पंचांग बदलायचं नाही. आणि लेको, सुधारणा आणि नवे नवे शोध म्हणजे तरी काय रे?– तर जगात नवे नवे रोग किती आहेत ह्याचीच नावं वाढली ना?'

'सद्या, हेच अज्ञान. अरे रोग पूर्वीपासून होतेच. ते फक्त आता उजेडात आले.'

'अरे करायचाय काय उजेड पडून? माणूस मेला की संपलं. कशानं मेला ह्यावर चर्चा करून उपयोग काय? जाऊ दे म्हणा. जेवढे नवीन नवीन रोग उघडकीला येतील, जेवढा वेग वाढेल, तेवढा भटजी मंडळींना हवाच आहे.'

'क्यों सदोबा?'

'अरे जेवढा वेग वाढतोय तेवढी माणसाची स्वास्थ्याची भूक वाढते आहे. आणि जेवढी स्वास्थ्याची गरज वाढत्येय तेवढी श्रद्धा वाढते आहे. माणसं जास्त जास्त धार्मिक होताहेत.'

'नॉन्सेन्स! दॅट इज नॉट करेक्ट.' मानकर म्हणाला.

'तुला काय सांगू मान्या? – अरे मला एक क्षण उसंत नाही, ह्यावरून काय ते समज. जाने दो भाईसाहब, खूप वर्षांनी भेटलात. मजा आला.'

लाड डोळे मिचकावीत म्हणाला,

'सद्या, आता येत आहे ती बाई बघ.'

मिसेस् शहा आत आल्या. चारही डॉक्टर्सच्या माना रसिकतेनं मिसेस शहांकडे वळल्या. मिसेस शहांना घेऊन लाड आतल्या भागात गेले.

तीन-चार मिनिटांतच शहा निघून गेल्या. लाड बाहेर येत म्हणाला,

'काय सद्या, नजर फिरली की नाही?'

सद्या निर्विकारपणे शेंडी कुरवाळत म्हणाला,

'मुळीच नाही. नेहमी दुर्मुखलेल्या चेहऱ्याकडे तुम्ही पहाता. आपली नजर अशी नाही फिरत. लग्नकार्यातून, मंगळागौरीच्या वेळेला आपल्याभोवती ॲट-ए-टाईम दहा-बाराजणी, मस्तपैकी नटूनथटून, दागदागिने घालून, नव्याकोऱ्या शालू-शेल्यात, अमाप आनंदात– उत्साहात वावरत असतात. वातावरण प्रसन्न असतं. सुगंधित असतं. पवित्र असतं. आणि मला तिथं सर्वांत जास्त मान असतो. थोडीशी टवाळी करणारी पोरटी असतात आजूबाजूला, पण डोळे वटारले तर ती काही करू शकत नाहीत. आणि आपण लाइट्ली घेतलं तर ती आपली दोस्त होतात. तेव्हा आत्ता ही आजारी बाई पाहून काय वाटणार?'

–एवढं बोलून लाडाच्या पाठीवर थाप मारीत सद्या मला म्हणाला,

'जनाब आमच्या व्यवसायात पण मौज आहे अशी.'

'मान्य, सद्या सेंटपरसेंट मान्य.'

–काही वेळ शांततेत गेला. मग कुमठेकरला आठवण झाली.

'सद्या, तुझी गाडी दाखव ना.'

'चला दाखवतो.'

–सगळेजण गॅलरीत आले. एका मोटारीकडे बोट करीत सद्या म्हणाला,

'ती बघ.'

'ती लँडमास्टर?'

'नाही रे, त्याच्या मागची?'

'ती? ऑक्सफोर्ड? –उघड्या टपाची?'

'तीच; तीच.'

'येस् लग्नमुंजीत भाड्याने द्यायला अशीच लागते. फुलांची छत्री वगैरे करायला. लग्न सीझनला गाडीचा खर्च बाहेर पडतो सगळा.'

–सद्याचं व्यवहार ज्ञान पाहून चौघंही थक्क झाले. त्यांनी पुन्हा त्या गाडीकडे नजर टाकली आणि रणदिवे ओरडला,

'अरे ती पहा.'

'कोण?'

'अनेक वर्षं दडून बसलेली, शामा रानडे.'

'अरे, लग्न झालं तिचं!'

–मानकरच्या पाठीवर हात ठेवीत सद्या म्हणाला,

'येस् मानकर, शी इज मॅरीड. शी इज नो मोर रानडे, शी इज मिसेस दीक्षित.'

'सद्या... तू? कशी काय पटकावलीस लेका?'

'मी तिला एकच ग्वाही दिली; जी तुम्ही कदाचित देऊ शकला नसतात, तुम्ही चौघंही तिच्यात इंटरेस्टेड होतात हे मला माहीत होतं. मी तिला दोनच गोष्टी सांगितल्या. आणि त्याही फार साध्या.'

'कोणत्या?'

'लक्षाधिशाची नव्हे, तर राजाची देखील जरी बायको झाली तरी तिला वाटतं, नवरा सकाळ-संध्याकाळ वेळेवर जेवायला घरी यावा. आणि दुसरं म्हणजे, आपल्या नवऱ्यावर कोणत्याही पोरीचं लक्ष जाता कामा नये. मी दोन्हींची गॅरंटी दिली. जेवायला वेळेवर असतो. आणि आपला हा गोटा आणि शेंडी पाहून, कोण भाळणार आपल्यावर? पूजेला, कार्याला बायकांच्या गराड्यात असतो, पण पाण्यात तरंगणाऱ्या लोण्यासारखा अलिप्त. वेढलेला पण दूर. एवढं सांगताच फाटकन् लग्नाला तयार झाली.'

–सद्या चौघांकडे पहात राह्यला आणि ते चौघं सद्याकडे!

□

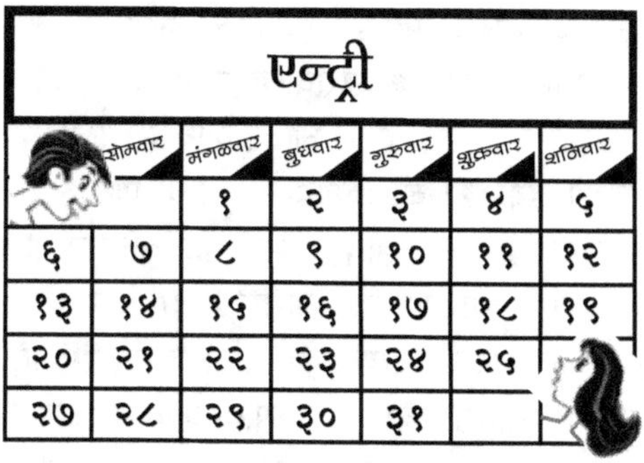

		एन्ट्री			

सोमवार	मंगळवार	बुधवार	गुरुवार	शुक्रवार	शनिवार
		१	२	३	४	५
६	७	८	९	१०	११	१२
१३	१४	१५	१६	१७	१८	१९
२०	२१	२२	२३	२४	२५	
२७	२८	२९	३०	३१		

'आज प्लॅन बराय का रे?' – तोंडावर स्मे मारीत शंकररावांनी बाबूरावांना विचारलं.

'मालक, आजचा बासष्ठावा प्रयोग. पहिल्या प्रयोगाला तुम्ही हाच प्रश्न विचारलात. आणि प्रत्येक प्रयोगाला हाच प्रश्न विचारता. आता नाटकाचं यश नव्यानं सांगण्याची काही गरज आहे का?'

'बाबारे, तुला नाही कळायचं. उद्या पाचशेवा प्रयोग लागला तरी मी असाच प्रश्न विचारणार. तेवढ्याच काळजीनं विचारणार. बराय ना प्लॅन?'

'मस्त आहे. ह्या नाटकाची वाट कितीतरी दिवस इथले गांववाले पहात आहेत. जाहिरात कशी होती? त्याचं क्रेडिट व्यंकटरावला द्यायलाच हवं.'

'भले, म्हणजे व्यंकटरावांच्या जाहिरातबाजीचं कौतुक. आमच्या कामाचं काहीच नाही का?' – भुवई कोरता कोरता शंकररावांनी विचारलं.

'मालक असं कसं म्हणता? तुमचं काम इतक्या वेळा पाहिलं तरीसुद्धा तुमची एन्ट्री पाहिल्याशिवाय सार्थक झाल्यासारखं वाटत नाही.'

'केव्हाची म्हणतोस?' – शंकररावांनी सकौतुक विचारलं.

'वस्त्रहरणाच्यावेळी द्रौपदी टाहो फोडते त्यावेळी दुःशासनाच्या अंगावर धावून जात एन्ट्री घेता, त्यावेळी ती एन्ट्री पाहण्यासाठी मी एकही प्रयोग चुकवलेला नाही.'

शंकरराव खुलले. स्वतःशी हसत ते म्हणाले,

'आहे, आहे. तो प्रसंगच तसा आहे. आपोआप चैतन्य येतं अंगात.'

थोडावेळ तसाच गेला.

'बरं, चला, आटपा. टोप बसवायला घेतोस ना?' – शंकररावांनी विचारलं.

'हां, आलोच.'

– यानंतर पंधरा ते वीस मिनिटं शंकरराव व बाबुराव यांची झटापट चालायची. शंकररावांच्या तुळतुळीत टक्कल पडलेल्या टाळक्याला कृष्णाचा भरगच्च केसांचा

टोप बसवायचा म्हणजे एक दिव्य असायचं. त्या कामात पंधरा-वीस मिनिटं हा हा म्हणता जायची. शंकररावांचा टोप बसवून होतो न होतो तोच दु:शासनाचं काम करणारे वामनराव, मिशी लावून घेण्याकरिता बाबुरावांसमोर हजर व्हायचे. वामनरावांना मिशी डकवली की विनायक नावाचा पोरगेलासा गृहस्थ बुचडा व गंगावन लावून घेण्यासाठी हजर व्हायचा. मग मात्र बाबुरावांची एकच धावपळ उडायची. 'द्रौपदी वस्त्रहरण' या नाटकाचे बासष्ट प्रयोग झाले. तरीही आगाऊ मेकअप्चं वेळापत्रक पन्नासदा ठरवून देखील लोकांना दाढी, मिशा, बुचडे, वेण्या, गंगावने लावता लावता बाबुरावांच्या टाळक्यावरचे केस कमी व्हायचे. द्रौपदीचं काम करणाऱ्या विनायकाला, गंगावन बांधता बांधता प्रत्येक वेळी ते म्हणायचे, 'हे काही खरं नाही विनायकराव. जेनो काम तेनो थाय! बायकांनी बायकांची कामे करायला हवीत.'

विनायक म्हणायचा, 'आणि मग ते वस्त्रहरण कसं काय साधायचं?'

'का?'

'एक पातळ नेसायला एक बाई पाऊणतास घेते. चौथ्या अंकात एकावर एक अशी आठ पातळे नेसावी लागतात. बायकांची कामे बायका करायला लागल्या तर आठ पातळे नेसायच्या वेळात, प्रेक्षक दुसरे एक नाटक पाहून येतील. आम्हाला आठ पातळे नेसायला फक्त अठ्ठावीस मिनिटे लागतात. तोपर्यंत चौथ्या अंकातला अर्धा भाग संपलेला असतो.'

'आता अगदी यंत्राप्रमाणे सगळं होतं!' बाबूराव म्हणाले.

'एवढंच काय? मला वाक्यसुद्धा पाठ आहेत. 'द्रौपदी तिच्या महालात आहे, ती इथं येऊ शकणार नाही.' धर्मराजाचं हे वाक्य होतं तेव्हा माझं सहावं पातळ नेसून तयार असतं. तो माझा ताळा आहे. त्यानंतर दहाच मिनिटांनी माझी एन्ट्री येते.'

'ह्यात काही फरक?'

'कधीच नाही. फरक होऊन चालणारच नाही. सगळं जागच्या जागी हवं. बारीक सारीक गोष्टींपासून ते आमच्या आठ पातळांपर्यंत.'

'हो, बाकीचं एकवेळ राहिलं तरी चालेल पण तुमचे कपडे– तेवढे हवेतच. बाकी, कौतुक आहे बुवा तुमचं. एकावर एक आठ पातळे सांभाळायची म्हणजे काही खायचं काम नाही.'

'बाबुराव, स्त्रीपार्टी पुरुषांना सगळा देहच सांभाळावा लागतो. केस, बुचडा, गंगावन. आणि... हे सुद्धा.' छातीकडे निर्देश करीत विनायक मोठ्यांदा हसत म्हणाला. बाबुरावांनादेखील हसणं आवरेना.

तेवढ्यात कपडेपटातला सर्जेराव हजर झाला. त्याला पाहताच विनायकाने म्हटले, 'सर्जा, आज जर तू काही चावटपणा केलास तर याद राख.'

'पण, साहेब...'

‘एक अक्षर बोलू नकोस.’
‘काय प्रकार आहे?’ बाबुरावांनी विचारलं.
कौतुकमिश्रित रागाने विनायक म्हणाला,
‘अहो, हा लेकाचा विंगमधे उभा राहून वाह्यातपणा करीत बसतो. परवा माझी एन्ट्री उशीरा असून मला म्हणाला ‘एन्ट्री आली.’ मी निघालो तसा, मला हात धरून मागे खेचलंन्. हे असले चाळे करतो. कपडे ज्याचे त्याला दिले म्हणजे मोकळा असतो ना? – आज तुला बजावतोय्, माझं काम चालू असताना विंगपाशी रेंगाळायचं नाही.’
‘चौथ्या अंकात काय करू?’
‘तेव्हाही नको.’
‘आता सेट् जमलाय बरोबर. दु:शासनाने आठव्या पातळाला हात घातला म्हणजे मी निराळ्या तऱ्हेने ओरडतो ते ह्या शंकररावांना बरोबर माहीत आहे. तेव्हा तुझी तिथं गरज नाही.’
‘राह्यलं. आम्ही तुमचं वस्त्रहरण पब्लिकमधे उभं राहून पाहू.’
‘चालेल. चालेल.’
आजचा प्रयोग बासष्टावा! रेशमाच्या ताग्याची यंत्रामधून घडीवर घडी बसावी त्याप्रमाणे प्रयोग चालला होता. चढत होता. रंगत होता. प्रेक्षकांना मुग्ध करीत होता. वाहून नेत होता. मघाशी विनायकनं तंबी दिल्यामुळे सर्जेराव विंगमधे उभा नव्हता. काही काम नव्हतं तरी तो कपडेपटातच बसून होता.
चौथा अंक सुरू झाला. दरबार भरला होता. पाचही पांडव म्लान वदनाने दरबारात एका कोपऱ्यात बसले होते.
‘द्रौपदी कुठाय?’ – दु:शासन आवाज लावून ओरडला. प्रेक्षकांनी श्वास रोखले. आत सर्जेरावला राहवेना. हलक्या पावलांनी तो विंगमधे येऊन उभा राहिला. आज दु:शासनाचा आवाज नेहमीपेक्षा ‘वरचा’ लागला होता. सर्जेरावने कौतुकाने दु:शासनाकडे नजर टाकली.
आणि...
आणि...
सर्जेरावच्या अंगाला दरदरून घाम फुटला. डोळ्यांपुढे काजवे चमकले. पडद्यासाठी बांधलेली मंडपी अंगावर कोसळते की काय असं त्याला वाटलं. धावत-पळत जीव मुठीत घेत तो, थिएटरच्या मागच्या बाजूने ह्या बाजूला आला, आणि बाबुरावांचे खांदे पकडत ओरडला, ‘घात झाला.’
बाबुरावांनी विचारलं, ‘काय झालं?’
‘दुर्योधनाला डोक्याला बांधायला, द्रौपदीचा शालू कोणी दिला?’

'मीच दिला. दुर्योधनाचा नेहमीचा फेटा सापडला नाही. मघाशी तूही जाग्यावर नव्हतास. त्याची एन्ट्री आली होती. मग द्रौपदीचा शालू कमी करून दिला त्याला डोक्याला बांधायला.'

'कमाल केलीत.'

'अरे, पण एवढा हवालदील कशासाठी होतोस? एक शालू कमी आहे हे द्रौपदीला माहीत आहे.'

'बाबुराव, एवढी वर्षं कंपनीत राहून फुकट आहोत. एक शालू कमी आहे हे तिघांना माहीत हवे. कृष्ण, दु:शासन आणि द्रौपदी. द्रौपदीला माहीत असून काय उपयोग? सोडणाऱ्याला आणि पुरवणाऱ्याला, दोघांना नको माहीत?'

एवढं बोलून सर्जेराव पुन्हा धावतपळत विंगेमधे आला. स्टेजवर पात्रांना जोराजोरात खुणा करू लागला. पण त्या समरप्रसंगी, कुणाचंही लक्ष सर्जेरावाकडे जात नव्हतं. विंगकडे पाहत कामे करण्याची काय गरज होती नटांना? हालचाली चोख होत्या. नक्कल संध्येसारखी पाठ होती. सर्जेराव बावचळून, जमतील तशा खुणा करत होता. द्रौपदीच्या अंगावरचे एक एक पातळ कमी होऊ लागले.

एक...

प्रेक्षकांनी श्वास रोखले.

दोन...

प्रेक्षकांची हालचाल थांबली.

तीन... चार... पाच.

दु:शासनाने सातव्या पातळाला हात घातला आणि द्रौपदीने कर्णभेदक आक्रोश केला. आत विडी ओढणारा कृष्ण स्वत:शी म्हणाला, 'अजून एक पातळ आहे.' तेवढ्यात पलीकडून तीरासारखा सर्जेराव धावत आला. कृष्णाला गदागदा हलवीत तो म्हणाला,

'एक सेकंद थांबू नका. एन्ट्री घ्या. द्रौपदीच्या अंगावर एक पातळ कमी आहे आज.'

सर्जेरावानं हे सांगण्याचा अवकाश! सर्जेरावाला एका हाताने ढकलून देत कृष्ण स्टेजवर धावला.

पण फार उशीर झाला होता. एव्हाना द्रौपदीचं काम करणारा विनायक लंगोटात उभा होता. स्टेजवर प्रवेश केलेल्या कृष्णाला द्रौपदी (?) एवढंच म्हणाली, 'आता कशाला? झक् मारायला आलास का?'

☐

पेन सलामत तो -

	सोमवार	मंगळवार	बुधवार	गुरुवार	शुक्रवार	शनिवार
		१	२	३	४	५
६	७	८	९	१०	११	१२
१३	१४	१५	१६	१७	१८	१९
२०	२१	२२	२३	२४	२५	
२७	२८	२९	३०	३१		

'अवि, तुझी मला रात्रंदिवस काळजी वाटते बघ.'
'अग, पण का?'
'तुझ्या एकेक सवयींमुळे.'
'कसल्या सवयी घेऊन बसलीस?'
'आता परत परत सांगू का?'
'जाऊ दे ग! ते लिहिण्यासंबंधीच ना? त्यात काय मोठंसं! माझ्या मनात तसं काही नसतं ह्याची तुला जाणीव आहे ना?'
'वेडा आहेस तू. मला एकटीला ह्याची जाणीव असून काय उपयोग?'
'अग, पण मला जगाशी काय कर्तव्य आहे? माझी मधुवंती मला ओळखते; मग मला कुणाची पर्वा आहे?'
'असं म्हणून कसं चालेल?– तुला काही कळत नाही अवि. उद्या तुझं-माझं लग्न झालं, म्हणजे कुणाची पर्वा नाही असं म्हणून चालणार नाही आपल्याला.'
–लग्नाचा विषय निघाल्यावर अविनाश एकदम खूश झाला. दोन बोटं तोंडात घालून त्याला शिट्टी ठोकावीशी वाटली. पण मधुवंती भलतीच तापली होती. तिची 'पोझिशन' पब्लिकमंदी ड्याम झाली असती. मधुवंतीचा हात नुसताच हातात घेत अवी म्हणाला, 'दिली ना तुझ्या पपांनी परवानगी? हाऊ नाइस! काल मागणी घालायला आलो होतो, तेव्हा छातीत नुसतं 'पाक् पुक्' होत होतं. तेव्हा वाटलं होतं, की मागणी घालण्याच्या ह्या सोहळ्यांतून जाण्यापेक्षा...'
'पुढचं माहीत आहे मला.' मधुवंती मधेच म्हणाली. अवीचा चेहरा प्रश्नांकित झाला.
'पाहातोस काय असा? तुझी काळजी वाटते म्हणाले ते उगीच नाही. वर्तमानपत्राच्या बॉर्डरवर तू लिहून ठेवलं होतंस, 'मागणी घालण्यापेक्षा धडाधड आवडणाऱ्या पोरी पळवून न्याव्यात. पोरीच्या बापाला तोंड देण्यापेक्षा पोलिसाला तोंड देणं सोपं!' तू गेलास आणि अण्णा वरचेवर मला विचारीत राहिले, 'ह्या गृहस्थाचं

तुझ्यावर खरं प्रेम आहे का? ह्याचं लक्षण तर मला ठीक दिसत नाही.'

अवीचा चेहरा कावराबावरा झाला. एकदम पडला.

'असा चेहरा नको टाकूस! मी त्यांना सगळं सांगितलेलं आहे. आपलं लग्न नक्की होणार. आता कसलाही विचार करायचा नाही. नाही ना करणार?' मधुवंतीनं विचारलं.

'नाही करणार.' अविनाशने कबुली दिली.

'आता फक्त एक गोष्ट लक्षात ठेवायची, ती म्हणजे...'

'हनिमूनची.' अवीने मधुवंतीचं वाक्य पुरं केलं.

लटक्या रागाने मधुवंती म्हणाली,

'हनिमूनची नाही. तर कुठेही काहीही लिहायचं नाही, ही गोष्ट. काय? मी काय म्हणते आहे?'

ह्या प्रश्नाने शरमिंदा होत अविने विचारलं, 'ए, तुझ्याजवळ रबर आहे का?'

मधुवंतीने साशंक होत पुढे वाकून पाहिलं. डब्याच्या हँडलला रिझर्वेशन स्लिप लावली होती. कोऱ्या भागावर अवीने लिहून ठेवलं होतं–

'हनिमून स्पेशल.'

मधुवंतीला रागही आला आणि हसूही आवरेना.

'आता तुझ्यापुढे अगदी हद्द झाली. छे, छे! परत इकडे येईपर्यंत मला काही सुचायचं नाही. निश्चिंतपणे चार दिवस गावाला राहाणार होते, पण ते सुखावह होणार नाही. तुझ्यापुढे मी काय करू आता?'– मधुवंती काकुळतीला येत म्हणाली.

'आता नाही असं करणार. अगदी पेन्सिलची शपथ.'

'ती स्लिप फाडून टाक दरवाजावरची. आता सगळीकडे संप होणार असल्याचं ऐकते. गाड्याही बंद राहाणार आहेत. पोस्ट पण नाही. काही घोटाळा करून ठेवलास तर मला समजणारही नाही.'

'माझे आई, नाही लिहीत. तसं कशाला पण? आत्ता येऊ का मी असाच तुझ्याबरोबर?'

–अवीच्या प्रश्नाचं उत्तर इंजिनच्या शिट्टीनं दिलं. गाडी हलली. गाडीतली इतर माणसं आपापल्या नातेवाईकांना 'संभाळून रहा' म्हणून सांगत होती, तर मधुवंती शेवटपर्यंत 'काही लिहू नका' म्हणून सांगत राहिली होती.

अवी आज भलत्याच चांगल्या 'मूड'मध्ये होता. मधुवंतीच्या बापाने होकार दिला होता. आता त्याच्या जीवनाला अर्थ येणार होता. त्याला सगळीकडे सौंदर्य दिसत होतं. सगळीकडे सुवास भरल्यासारखा वाटत होता. सगळं जग एकदम चांगलं वाटायला लागलं होतं. जेवढ्या वयात आलेल्या लोकांची प्रेमप्रकरणं असतील,

ती सगळी यशस्वी व्हावीत असं त्याला वाटायला लागलं.

त्याच आनंदाच्या भरात तो ऑफिसांत आला. ऑफिस चालू व्हायला तब्बल अडीच तास अवकाश होता. पण अवी त्याची दखल घेण्याच्या स्थितीत नव्हता. आज ऑफिसात चैतन्य होतं. मळकटलेल्या फायलींना तेज आलं होतं. टेबलाटेबलावरून प्रेमप्रकरणं आहेत, संकेत आहेत, ओढ आहे, मीलन आहे, असे काही विचार अवीच्या डोक्यांत गरबा खेळत होते. त्याच नादात त्यानं एका अर्जंट फाईलवर साहेबाला उद्देशून लिहिलं, 'तुमचं प्रेमही सफल होईल. फियान्सिचा बापही, तिच्यासारखा खुसखुशीत असतो.'

'हा ड्राफ्ट बरोबर आहे का हो?'

अवीनं वर पाहिलं. श्यामला टिपणीस शेजारी उभी होती. म्हणजे ऑफिस सुरू झालं होतं तर! अवी श्यामलेकडे पाहत राहिला. तिचा आजचा थाटमाट पाहून तो सर्दच झाला होता. आधीच अवीला सगळीकडे सौंदर्याचा साक्षात्कार होत होता. श्यामाही मनापासून नटली होती. ड्राफ्ट केराच्या टोपलीत फेकून द्यावा, समोरचा रुक्ष काळतोंड्या टाइपरायटर तडख्यासरशी बाजूला सारावा आणि त्या जागी, लहान मुलाला उचलून ठेवावं तसं श्यामलेला उचलून टेबलावर बसवावी, दर अर्ध्या तासाने मँगोलाच्या बाटल्या मागवीत दिवसभर श्यामलेशी नुसत्या गप्पा मारीत बसावं– असले प्रत्यक्षात न उतरणारे विचार डोक्यांत पिंगा घालून गेले.

'ड्राफ्ट पाहाता ना!' श्यामलेनं अवीला जमिनीवर आणलं.

'तो नेहमीच पहातो, आज तुम्हांला पाहून घेतो.'

'इश्श्य!'

'इश्य काय! पाहावं म्हणूनच ना केलंत हे सारं! बरं जाऊ दे. काय विशेष? Birthday?'

'नाही!'

'अपॉइंटमेंट?'

'No, no!'

'मग?'

'सहज, शौकसे!'

'मजा आहे बुवा!'

पुन्हा व्रात्य विचार डोक्यांत फेर धरू लागले. छे, छे! कसं शक्य आहे! ह्या चाळीस क्लार्कपैकी आपण एक. चहा जरी नुसता मागवला तरी चाळीस दुणे ऐंशी डोळे आपल्याकडे लागतील! हां, केबिन असतं तर गोष्ट निराळी. खरंच. रिटायर्ड व्हायच्या आत एकदा तरी केबिनमध्ये बसलंच पाहिजे. तो सोट्या

फडके– बसतोच की नाही ऐटीत! आता ही श्यामला आत जाईल. तिच्याशी तो गप्पा मारणार. मनसोक्त पाहून घेणार...

आणि ह्याच विचारांच्या तंद्रीत अवीने हातातल्या कागदावर लिहून ठेवलं. 'साहेबाची आज मजा आहे.'
श्यामला तो कागद घेऊन निघून गेली. तेव्हा अवीच्या लक्षात आलं, की विचारांच्या तंद्रीत आपण त्याच कागदावर लिहून ठेवलंय. इंगळी डसल्याप्रमाणे तो ताडकन उभा राहिला. तेवढ्यात शिपाई बोलवायला आलाच.
भीत भीत अवीने खोलीत प्रवेश केला. श्यामला गालातल्या गालात हसत होती.
'हे हँडराइटिंग तुमचं ना? नॉनसेन्स. सकाळी एका कागदावर लिहिलंत, पोरीचा बाप तिच्याइतकाच खुसखुशीत असतो, काय हे! I know your habits! सकाळचं वाक्य मी खोडलं. पण अशी मीच सारखी तुमची वाक्यं खोडू लागलो, तर मला दुसरी कामंच करायला नकोत.'
जीभ चावत तिथलाच रबर घेत अवीने ते वाक्य खोडून टाकलं.
'नाऊ यू कॅन गो!'

'मिस्टर नाडकर्णी, हे पेन केवढ्याला घ्यावं?'
गोखलेचं पेन हातात घेत त्यानं विचारलं, 'कोणत्या मेकचं?'
'लिहून तर पाहा!'– गोखले नेहमीप्रमाणे भुवया उडवीत म्हणाली. तिची ही सवय सगळ्यांना परिचयाची आहे. अवी आज भलताच खूश होता. स्वत:वर– मधुवंतीवर– मधुवंतीच्या बापावर. एवढंच नव्हे, तर सकाळी दम भरलेल्या बॉसवरही तो खूश होता. आज अवीच्या मनातला रंग आणि सुवास वातावरणात मिसळला होता. मिसेस् गोखलेही आज सुंदर दिसत होत्या. त्यांनी लिहून पाहाण्यासाठी दिलेलं पेनही सुंदर होतं. श्यामलेप्रमाणे मिसेस गोखल्यांनाही मँगोला पाजायला हरकत नव्हती.
'पाहा ना काहीतरी लिहून!'– गोखलेनं त्याला जागं केलं.
अवीनं लिहिलं, 'श्यामलेइतकीच मिसेस गोखले आज मारू दिसत आहेत. त्यांचं लग्न झालं नसतं तर मजा होता.'
लिहून झालेलं वाक्य वाचून पाहताच त्याचा तोच चपापला. भर्रकन त्याचा चोळामोळा करून त्याने तो खाली टाकून दिला.
'पेन झक्क आहे.' गोखलेचं लक्ष वेधून घेत अवी म्हणाला.
'काय लिहून पाहिलंत, पाहू!'
'तुम्हांला दाखवण्यासारखं नाही. काहीतरी भरकटलं होतं.'

'मला दाखवायला काय हरकत आहे पण?... दाखवा ना!'
'तसं विशेष काही नाही. मी कागद टाकूनसुद्धा दिला.'
तेवढ्यात फोन खणखणला. हायसं वाटून अवी फोन घ्यायला धावला. फोन घेऊन अवी जाग्यावर परततो, तो संतापलेली गोखले तिथेच उभी होती. रागाने पण आजूबाजूच्या लोकांना कळणार नाही अशा बेताने ती म्हणाली,
'माझ्या संबंधीचे तुमचे खरेखुरे विचार आज मला समजले. बसने बरोबर घरी चलण्याचा किंवा चहाचा आग्रह करण्यामागचा हेतूही समजला.'
'अहो, अहो, ऐका तर खरं. अगदी सहज काहीतरी...'
'काही सांगू नका. तुमच्या सुप्त मनातले विचार आपोआप आज कागदावर उतरले. तुमच्याही नकळत. Now I will not spare you. ही निघाले मी साहेबांकडे.' पाठोपाठ तिने हातातला चुरगळलेला कागद अवीच्या पुढ्यात आदळला. आणि खरोखर ती साहेबांकडे गेली.
आता भविष्य सांगण्यासाठी कोणत्याही 'होराभूषण'ची गरज नव्हती. शिपायाने बोलावल्यावर जाण्यापेक्षा आधीच आपण गेलेलं बरं, असा विचार करून अवी आपण होऊन केबिनच्या बाहेर जाऊन उभा राहिला!
जास्तीत जास्त काय होईल? वाईटातल्या वाईट गोष्टीचा विचार करून ठेवावा. साहेब नोकरीवरून काढून टाकतील. ऑफिसच्या बाहेर फिरकू देणार नाहीत. वॉचमनला सांगून ठेवतील, 'ह्या गृहस्थाला ऑफिसात पाऊल टाकू देऊ नकोस. आलाच तर सरळ लाथ मारून हाकलून दे, नाहीतर पोलिसाच्या स्वाधीन कर.'
पण ह्यातलं काहीच घडलं नाही. गोखले बाहेर आली. साहेबांच्या बोलावण्याची वाट पाहून अवी कंटाळला. मग जागेवर येऊन बसला. गोखलेकडे पहाण्याचं तो टाळत होता. आणि चुकून एकदोनदा नजर वळली, तेव्हा काहीशा रागाने गोखलेनं दुसरीकडं पाहिलं!
शून्य मनाने अवी बाहेरच्या दरवाज्यातून दिसणाऱ्या रहदारीकडे पाहत राहिला. एवढ्यात 'परेलकर-संझगिरी' फर्मचा मॅनेजर साहेबांना भेटायला आला. 'Name and Business' च्या चोपडीतलं वरचं पान त्याने आत पाठविण्यासाठी फाडून घेतलं. पण त्याच्यावर नाव वगैरे लिहायचं सोडून ती चिठ्ठी तो पाहतच राहिला. थोड्याच वेळात त्याने त्याचा चोळामोळा करून फेकला आणि साहेबांना न भेटताच तो निघून गेला!
डोक्यात कसलासा प्रकाश पडून अवी धावला. त्यानं ते चिटोरं उचललं. मघाशी साहेबांच्या बोलावण्याची वाट पाहत उभे असताना त्यानेच वरच्या स्लिपवर लिहून ठेवलं होतं,
'ह्या गृहस्थाला ऑफिसात पाऊल टाकू देऊ नकोस. आलाच तर सरळ लाथ

मारून हाकलून दे. नाहीतर सरळ पोलिसच्या स्वाधीन कर.'

मनाच्या भरकटलेल्या अवस्थेतच अवीनं ऑफिस सोडलं. कुठेही डोक्यात चाललेले विचार लिहून ठेवण्याच्या ह्या त्याच्या सवयीमुळे तो आज चांगलाच गोत्यात आला होता. साहेबांनी काही मनावर घेतलं नव्हतं, पण गोखले कधीतरी आणखीन चवताळणार होती. त्याचप्रमाणे चिठ्ठीवरचा मजकूर वाचून परत गेलेला 'परेलकर-संझगिरी' फर्मचा मॅनेजरही काही गंभीर हालचाल करणं शक्य होतं. तरी बिचारी मधुवंती गाडी सुटेपर्यंत आणि सुटल्यावरही त्याला बजावत होती. सकाळी ऑफिसला येताना सगळं जग सुंदर होतं, ते आता अवीला अक्राळविक्राळ वाटू लागलं!

काय करावं अवीला सुचेना. आणि मग चालता चालता त्याला एकदम आठवण झाली ती दातेची! दाते. अवीचं विश्रांतिस्थान. अकृत्रिम स्नेह करणारा दाते. त्याच्या स्नेहाला उपमाच द्यायची झाली, तर पुन्हा त्याच स्नेहाची द्यावी लागेल. राम-रावणाचं युद्ध कसं झालं, तर राम-रावणाच्या युद्धासारखंच! त्याचप्रमाणे मैत्रीचीच उपमा मैत्रीला!

'या भावजी. खूप दिवसांनी फेरा वळला गरिबाकडे. भाग्यच म्हणायचं!'

'काय, चेष्टा करता काय गरिबाची? एवढी एक विद्या बरी उचललीय नवऱ्याकडून! कुठे गेलीय स्वारी?'

'बाहेर गेलेत. एवढ्यात येतो असं सांगून गेलेत, पण मला नाही वाटत लवकर येतील असं!'

'कशावरून?'

'सात वर्षांच्या अनुभवावरून.'

शेजारचं वर्तमानपत्र हातात घेत अवी म्हणाला, 'प्रत्येक बाईचे तिच्या नवऱ्यावर काही ना काही आरोप असतातच. संसाराच्या कोर्टात नवरे लोकांच्या वाट्याला नेहमी आरोपीची भूमिका येते, असं का?'

'तीच त्यांना उत्तम वठवता येते म्हणून.'

अवी ह्यावर गप्प बसला. ह्या विषयावर तो हिरिरीने बोलला असता. पण आज त्याचं कशातच लक्ष नव्हतं. त्याच्याकडे बारकाईनं पहात अनुराधा म्हणाली,

'तुमचं काहीतरी बिनसलेलं दिसतंय आज!'

'हो, सबंध दिवसात फार घोटाळे झालेले आहेत.'

'मधुवंतीशी भांडलेले दिसताहात!'

'मधुवंती आजच गावाला गेलीय.'

'तरीच मित्राची आठवण झाली आणि चेहराही उतरलाय.'

'तसं नाही हो! आज फार घोटाळे झालेत.'
'तेही 'प्रिया' नाही म्हणूनच ना?'
अवी ह्यावर गप्प बसला. नकळत हातात पेन आलं. वर्तमानपत्राच्या कोऱ्या पट्टीवर तो काहीतरी लिहायलाही लागला. अगदी नकळत! अभावितपणे, विमनस्क स्थितीत!
'काय झालं सांगाल की नाही?' अनुराधेनं विचारलं.
लिहिण्याचा चाळा चालू ठेवीत अवीने सगळी हकीकत सांगितली.
'भावोजी, ही गोखले कोण पण?'
'गोखले आणि पूर्वाश्रमीची अनुराधा बर्वे. तुमचीच क्लासमेट.'
'तुमच्या ऑफिसात ती आहे हे माहीतच नव्हतं मला. ती काही करणार नाही तुम्हांला. ती स्पोर्ट आहे.'
'नाही हो तसं. त्याचा काही नेम नाही.'
'तुम्ही बिलकुल काळजी करू नका. काही होत नाही. फक्कड आलं घालून चहा करून देते तो घ्या. आपोआप मन शांत होईल.'

'अनु, माझ्या गैरहजेरीत इथे कोण आलं होतं?' बाहेरून आलेल्या दातेनं रागाने प्रश्न विचारला. त्याचा अकारण चढलेला सूर ऐकून अनुराधेला आश्चर्य वाटलं.
'एवढं चिडून विचारायला काय झालं?'
'मला माझ्या प्रश्नाचं उत्तर हवं आहे. दुसरा प्रश्न नकोय.'
'हे पहा. जे काय विचारायचंय् ते सरळपणानं विचारा. बाहेर घडलेल्या गोष्टीचा राग घरी बायकोवर नको.'
'बाहेर घडलेल्या गोष्टींचा प्रश्नच येत नाही. मी बाहेर गेल्यावर घरात माझ्यामागे काय घडत असतं त्याचा प्रश्न आहे. मला याचं उत्तर हवं आहे.'
'मला तुमच्या बोलण्याचा अर्थच कळत नाही.'
'सरळपणानं सांगायचं नसेल तर माझं काही म्हणणं नाही.' वर्तमानपत्राची कोरी चौकट अनुराधेसमोर धरीत दाते म्हणाला, 'ह्याचा अर्थ तर सांगता येईल का?'
अनुराधा मोठ्यांदा वाचू लागली. 'अनुराधा, मला माफ कर. एका विवाहित स्त्रीबद्दल माझ्या हातून असं काही घडायला नको होतं, पण तरीही मला एकदाच एकटी भेट. मी तुझा ग्रह बदलू शकेन.' अनुराधेला हसू आवरेना. मुष्किलीने हसणे थांबवीत ती म्हणाली.
'अहाहा रे! दिवे ओवाळा. बायकांना मत्सरी म्हणता, तुम्ही पुरुष काय कमी मत्सरी असता हो! लग्नाला सात वर्षं झाली महाराज! आता मी प्रेमप्रकरणं करणार आहे काय? मित्राचं अक्षरही ओळखता येत नाही?'

'म्हणजे अवी आला होता काय?'
'छे, माझा लव्हर!'
'हा प्राणी खरोखरच ह्या सवयीमुळे केव्हा तरी चांगलाच गोत्यात येणार आहे. आता सकाळी येईल धापा टाकत!'

दातेच्या भाकिताप्रमाणे अवी दुसऱ्या दिवशी सकाळी खरोखर धापा टाकीत आला.
'रात्रभर लेका झोप नाही.'
'का बुवा?' काहीच माहिती नाही असे दाखवीत दातेनं विचारलं.
'कालचा पेपर कुठाय्? तुझा काही गैरसमज नाही ना झाला?' त्याच धास्तावलेल्या अवस्थेत अवीने विचारले. आता जास्त चेष्टा करून ताणण्यात अर्थ नाही, असा विचार करीत दाते म्हणाला,
'माझा काही गैरसमज झाला नाही. आणि होणंही शक्य नाही. आमचे श्वशुर मात्र त्याचा अर्थ विचारीत होते सकाळी.'
'आँ! ते केव्हा आले?'
'काल रात्रीच, मला दोनतीनदा विचारलं त्यांनी. मी उडवाउडवी केली.'
'डॅम इट! ही मोठी माणसं भलतीच खाष्ट असतात. प्रत्येक बाबतीत त्यांना बारीक लक्ष ठेवावंसं वाटतं! गोळ्या घालून उडवलं पाहिजे सगळ्या म्हाताऱ्यांना!'
अनुराधा तेवढ्यात चहा घेऊन आली.
'वहिनी, माफ करा हं! राग धरू नका!' चहाचा कप हातात घेत अवी म्हणाला. एकाएकी दाते हसायला लागला. अनुराधा म्हणाली, 'आता हसताहेत. कालचा अवतार पहायला भावजी तुम्ही इथे हवे होतात.'
ही खोटं सांगते अशा तऱ्हेच्या खुणा दाते अवीला करत होता. तेवढ्यात दातेचे श्वशुर बाहेर आले. आणि पेपर घेऊन आत गेले. दोघांचा चहा संपतो न संपतो तोच अनुराधेचे वडील रागाने बाहेर आले.
'जावईबापू, पाच वर्षांनी आलो काल. तुम्हांला नको होतं तर सरळ पत्रानं कळवायचं होतंत येऊ नका म्हणून. गोळ्या घालण्याची भाषा कशाला आणि असं लिहून तरी का सुचवताहात?'
आपला उपद्व्याप लक्षात घेऊन अवी गोंधळला. मागचा पुढचा विचार न करता तो सरळ त्यांच्या पाया पडला.
'माफ करा. मी लिहिलं ते! तेही अगदी चमत्कारिक मन:स्थितीत. त्याचा कुणाशीही संबंध नाही.'
'अस्सं! मला वाटतं, काल अनुराधेबद्दल देखील तुम्हीच लिहिलेलं दिसतंय्? का

तुमच्या आजकालच्या तरुण मुलांचे उद्योग असतात कळत नाही. अनूला कालच्या वाक्याचा अर्थ विचारला, ती गप्प! जावईबुवा पण उडवाउडवी करताहेत. तुम्ही ते लिहिलं आहेत पण तुम्हीही त्याचा अर्थ सांगणार नसाल. एवढ्यासाठीच तुम्हांला म्हातारी माणसं जवळ नकोत. पण आता मी असाच जाणार नाही. तुम्हा तिघांची काहीतरी कारस्थानं चालली आहेत. त्याचा छडा लावीन मगच काळं करीन! गोळ्या घालताहेत! म्हणे, अनुराधा एकटी भेट.'

शेवटचे शब्द पुटपुटत दातेचे श्वशुर आत गेले. डोक्यावर हात मारून घेत अवी बाहेर पडला!

सगळे जग लबाड आहे. आपल्या मनातले विचार, आपल्या मनातल्या भावना कुणालाच समजत नाहीत. बॉसला कळत नाहीत. सौ. गोखलेला तर नाहीच नाही. दातेच्या सासऱ्याला तर अक्कलच नाही. छडा लावणार म्हणे! लाव लेका खुशाल. काही नाहीच तर तुला सापडणार काय? मला अनुराधेशी काय कर्तव्य आहे? माझी मधुवंती– तिची सर कुणालाच येणार नाही. ती माझे विचार ओळखते. माझ्या भावना ओळखते. तिला बोलावलीच पाहिजे. एक्स्प्रेस पत्र टाकतो.

मधुवंती चांगली आहे. सगळं जग वाईट आहे. ऑफिस वाईट आहे. चिक्कार गर्दी असलेलं हे पोस्ट वाईट आहे. बॉम्ब टाकून सगळं उडवलं पाहिजे, आणि पुढच्याच क्षणी काऊंटरवर टिपायला ठेवलेल्या टिपकागदावर वाक्य लिहिलं गेलं.

'बाँबची व्यवस्था व्हायला हवी. तातडीनं! एक पुरे. आधी पोस्ट. मग ऑफिस... दातेचा सासरा... वाटल्यास, सौ. गोखले! बॉम्ब!! पण तत्पूर्वी हे पत्र पोचावं!'

सी. आय. डी. ऑफिसर मोहिते वैतागले होते. सर्वत्र संप होणार होता. खात्याचे काम वाढणार होते. मोठ्या मिनतवारीने तरीसुद्धा त्यांनी रजा मिळवली होती. अवीच्या मागेच ते उभे होते. त्यांना पत्र रजिस्टर करावयाचे होते. रिकामपणाचा चाळा म्हणून म्हणा किंवा रक्ताचे वळण म्हणा– ते अवीची भांबावलेली अवस्था पहात होते. टिपकागदावरचा मजकूर वाचल्यानंतर त्यांना आपण रजेवर असल्याचा विसर पडला. पत्र रजिस्टर करण्याचे सोडून ते अवीच्या मागे धावले.

धावती बस सोडून अवीने उडी मारली. त्याच्या पाठोपाठ मोहित्यांनी पण उडी मारल्यावर हा गृहस्थ आपला नक्की पाठलाग करतो आहे याची अवीला खात्री पटली. पोस्टातून बाहेर पडल्यापासून एक गृहस्थ मागे येतो आहे अशी अवीची भावना झाली होती. एकदोन ठिकाणी अवी मग उगीचच थांबला होता. मधूनच

एकदम पळत होता. तो माणूस पाठोपाठ येतच होता. अवीने पकडलेली बस त्यानेही पकडली होती. आणि आता धावत्या बसमधून त्याने उडी मारल्यावर, पाठलागावर असलेल्या इसमानेही उडी मारली होती!

ह्या माणसाला कसे चुकवावे ह्या विचाराने अवी अस्वस्थ झाला. आपण कोणता गुन्हा केलाय् म्हणून त्याने आपला पाठलाग करावा? आपल्याच मागे तो नक्की येतोय्. पण का?– पहावं पुन:! आपल्या मागोमाग जर तो आता समोरच्या हॉटेलात आला, तर नक्कीच तो आपल्यावर पाळत ठेवतो आहे असे समजायचे! अवी हॉटेलात गेला. पाठोपाठ मोहिते पण आत गेले. जास्त सायास न करता अवीच्या हालचाली सहजासहजी पहायला मिळतील अशी जागा त्यांनी निवडली. आता अवीची खात्री होऊन चुकली. आता ह्याला गुंगारा कसा द्यावा? हा कोण असेल? त्याचं आपल्याशी काय काम असेल? हा सी. आय्. डी. ऑफिसर असेल काय?– कोणी का असेना, तो आपल्या मागावर आहे हे निश्चित! तो कोण? ह्या प्रश्नापेक्षा त्याला चुकवावे कसे ह्याचा विचार प्रथम केला पाहिजे. दातेकडेच जावे. तो नक्कीच मार्ग सुचवील ह्या प्रसंगात! त्याचप्रमाणे हा आपल्या जर निश्चित मागावर असेल तर तोही पाठोपाठ येईल तेही दाखवता येईल.

एक चहा घेऊन अवी मग तसाच बराच वेळ बसला. मोहितेही आपल्या जाग्यावर बसून अवीच्या हालचाली पहात होते. चहा पिऊन झाल्यावर वेटरने अवीला कूपन दिले होते. त्याच कूपनच्या मागच्या बाजूला अवी काहीतरी लिहित आहे हेही मोहित्यांनी पाहिले. हा गुन्हेगार सापडला तर याच पद्धतीने– त्याच्या ह्याच सवयीने सापडणार ह्याबद्दल त्यांची खात्री होऊन चुकली. वास्तविक मोहित्यांनी त्याला केव्हाही अटक केली असती. संप लवकर सुरू व्हायचा होता. संशयास्पद हालचालीत असलेल्या कोणत्याही व्यक्तीला वॉरंटशिवाय पकडण्याचे अधिकार पोलिसांना मिळाले होते. पण अवीची ही कुठेही लिहिण्याची सवय पाहून हा मनुष्य आपल्याला आणखीन काही धागेदोरे देईल म्हणून मोहिते गप्प होते. अवी बिल देऊन बाहेर पडला. अवीचं कूपन तारेला अडकवले. तत्परतेने पुढे होऊन आपण कोण ह्याची कॅशियरला कल्पना देऊन मोहित्यांनी अवीला मिळालेले कूपन पाहिले. कूपनच्या मागच्या भागावर शब्द लिहिले होते, 'International Police? मग पळालं पाहिजे. मधुवंती, तू गेलीस आणि बघ माझी अवस्था...'

'हॅलो, हॅलो! मी मोहिते बोलतोय्. हे पहा, ऐका. आत्ता पावणेअकरा वाजता... पावणेअकरा... माहीम पोस्टात... एक रजिस्टर पत्र केलं आहे... कुणी?... आहे

असाच!... मधुवंती नाव सापडतं का पहा... मधुवंती नावावरून पत्र कोणत्या गावाला गेलंय् ते शोधा... अर्ध्या तासानं मी पुन्हा फोन करतो.'
लगबगीने फोन करून मोहिते पुन: पाठलागाच्या मोहिमेला लागले. आता मोहित्यांच्या सावजाला पाठलाग होत आहे ह्याची कल्पना आली होती. आता जागरूकता जास्त बाळगायला हवी होती.

अवीला पुन: आलेला पाहून अनुराधेला आश्चर्य वाटलं.
'भावजी ऑफिसला दांडी?'
'काही विचारू नका हो आज. बरं आधी हे सांगा तुमचे पिताजी कोठे आहेत?'
'सकाळीच बाहेर गेलेत. सगळ्यांचा बंदोबस्त करतो म्हणाले. काय त्यांच्या डोक्यात आलंय कळत नाही.'– आपल्या मागे पाळतीवर पाठविण्याचे काम दातेच्या सासऱ्याचंच ह्याबद्दल अवीला संदेह राहिला नाही. पानवाल्याकडे सिगारेट आणि पान मागण्याच्या निमित्ताने उभ्या असलेल्या मोहित्यांनी समोरच्या चाळीचा पत्ता टिपून घेतला. अवीचं काम झटपट आटोपलेलं पाहून त्यांना आश्चर्य वाटलं नाही. अवीने जलद हालचाल करणे प्राप्त आहे, ह्यात काहीच नवल वाटले नाही.
खाली उतरलेल्या अवीने टॅक्सी केली. मोहित्यांच्या नशिबाने त्यांनाही दुसरी टॅक्सी मिळाली. एका ऑफिसच्या बिल्डिंगसमोर अवी उतरला. मोहित्यांनी एकदम अवी बसलेली टॅक्सी तपासायचे ठरविले. अवी बिल देऊन जाताच त्यांनी ती टॅक्सी थांबवली. मोहित्यांच्या कयासाप्रमाणे टॅक्सीत काहीतरी मजकूर लिहिलेली दोन बसची तिकिटे सापडली.
'त्या गोखलेला आधी उडवली पाहिजे. अनर्थाचं मूळ तीच आहे. १२ परेल व्हिलेज रोड, पावसकर बिल्डिंग. मस्तकात गोळी घातली पाहिजे.–' दुसऱ्या तिकिटावर 'पिस्तूल' शब्द तीन वेळा लिहिला होता. त्याचप्रमाणे वेड्यावाकड्या शब्दांत 'काम उरकलं की मी येतोच मधुवंती! तुला पत्र पोचायच्या आधीच भेटतो.'– हाही मजकूर होता. मोहित्यांनी ड्रायव्हरला डझनभर प्रश्न विचारले. अवीच्या ऑफिसात कोणी गोखले नावाची बाई आहे. तिला त्याचं मन समजत नाही. तिच्यामुळं सगळं बिनसलं– वगैरे वगैरे अवी स्वत:शीच बडबडत असल्याचे ड्रायव्हरने सांगितले!

दोन पोलिस कॉन्स्टेबलना घेऊन मोहिते जेव्हा सौ. गोखल्यांच्या घरी परळला गेले तेव्हा सगळी चाळ कुतूहलाने गजबजून गेली. सौ. गोखले ऑफिसात गेल्या होत्या. घरातल्या सौ. गोखल्यांच्या माणासांकरवी त्यांना ऑफिसात फोन करवून

मोहित्यांनी घरी बोलावून घेतले. सौ. गोखले तशा खमक्या मनाच्या. पण हा प्रकार पाहून त्या गडबडल्या. 'थांबा, शांत व्हा. गडबडून जाऊ नका. बसा. हा मोहिते आहे तोवर तुमच्या केसालाही धक्का लागायचा नाही.'

'पण... हा... काय... प्रकार आहे!' सौ. गोखल्यांनी चाचरत विचारले.

'ते सगळं सांगतो. आधी मला हे सांगा, तुमच्या वाईटावर कोणी आहे का? तुम्ही कुणाचा अपमान केलाय् का? कुणाला डिवचलं आहे का?'

'छे, बाई. कोणीच नाही माझ्या वाईटावर! आणि मी कशाला कुणाला डिवचायला जाऊ?–'

मोहिते विचारात पडले. खिशातून तिकीट काढून दाखवीत त्यांनी विचारलं, 'बरं, हे हस्ताक्षर ओळखता?'

'हो, हे तर आमचे नाडकर्णीसाहेब! पण त्यांचा काय संबंध? तो तर अगदी भोळा माणूस आहे!'

उपरोधिक हसत मोहिते म्हणाले, 'ते भोळा वगैरे आम्ही पाहून घेऊ. तुम्ही त्यांचा पत्ता द्या!'

'मी पत्ता देते, पण पुन्हा एकदा सांगते की तो प्राणी अगदी निरुपद्रवी आहे.'

पत्ता टिपून घेत मोहिते म्हणाले, 'तुम्हाला कल्पना नाही ह्याच माणसापासून तुम्हांला धोका आहे. अच्छा, जमादार १२५८ आणि १५२०, तुम्ही इथेच थांबा, यांच्या जिवाला अपाय होऊन...'

'अहो, पण मी खरंच सांगते...'

'तुम्हांला संरक्षणाची आवश्यकता आहे.' गोखल्यांना मध्येच थांबवीत मोहिते म्हणाले.

अवीच्या घरी अवी एकटाच रहात होता. मोहित्यांनी त्याच्या घराची झडती घेतली तेव्हा असंख्या चिठ्ठ्याचपाट्या त्यांना सापडल्या. त्या चिठ्ठ्यांचा मेळ घालणं म्हणजे इतिहाससंशोधन करण्यासारखे होते. हायड्रोजन बॉम्ब हिंदुस्थानात केव्हा तयार होईल?– सुभाषचंद्र आणि हिटलर जिवंत असतील काय?– सी. आय्. डी. जात नष्ट व्हायला पाहिजे! एक ना दोन अनेक प्रकार होते.

झडतीचे काम चालू असतानाच त्यांचा असिस्टंट आला.

'काय बातमी?'

'तुम्ही सांगिलेला गृहस्थ आत्ता पॅसेंजरने लोणावळ्याला गेला. रिटर्न तिकीट काढलंय् त्यावरून लवकर परतेलसं वाटतं.'

'बरोबर कोण गेलंय्?'

'गणपत साळुंखे.'

'मग काळजी नाही.'

'किती उतावळा आहेस तू अवी? दोन दिवसांनी मी येणारच होते की!'

'मला ते काही सांगू नकोस. सगळं जग खायला उठल्यासारखं वाटत होतं.'

'हो, पण आता मी तुझीच आहे ना? एवढं वेडं होणं चांगलं का?'

'एवढं वेड लावणं चांगलं का सांग आधी.'

'बरं, ते जाऊ दे. काही घोटाळा केला नाहीस ना?'

'छे, छे. घोटाळा कसला आलाय. सगळं सोडलं मी!'

जरा वेळ गेल्यावर मधुवंती म्हणाली,

'अण्णा काय म्हणतील आजच मला आलेली पाहून? आणि तेही रात्रीच्या गाडीनं. त्यांना खूप नवल वाटेल. कारण रात्रीचा प्रवास मी कधीच करीत नाही.'

'आता तू घरी जायचं नाहीसच. आधी सरळ माझ्या खोलीवर जायचं. दोन तीन तास गप्पा मारायच्या. मग मी तुला घरी पोचवणार! टॅक्सी तिकडेच चालली आहे आपली!'

'अय्या, खरंच की! माझं लक्षच गेलं नाही एवढा वेळ. ए सॉरी हं! मला घरी जाऊ दे आधी. पुन्हा येईन.'

'नो नो! मला खूप बोलायचं आहे.'

'तीन तास झाल्या की गप्पा गाडीत!'

'नुसत्या गप्पाच झाल्या. मला कंटाळलीस?'

–ह्या प्रश्नावर मधुवंतीजवळ उत्तरच नव्हतं. आपल्या खोलीवर मोहिते आपली उत्सुकतेने वाट पहात असतील ह्याची अवीला पुसटही कल्पना नव्हती.

'संशयास्पद हालचाल, सार्वजनिक ठिकाणी प्रक्षोभकारक मजकूर लिहिणे, शांततेला बाध येईल असे कट करणे, आणि खून करायच्या विचारात असणे, एवढे आरोप आहेत ह्या गृहस्थावर!'

–अवी शांत उभा होता. मधुवंतीने आपले रडणे प्रयासाने आवरले होते. इन्स्पेक्टर बांदिवडेकरांनी विचारलं,

'तुम्हांला हे आरोप मान्य आहेत का?'

–अवीने नकार दिला.

'मिस्टर नाडकर्णी, तुम्हांला समाधानकारक खुलासा द्यावा लागेल. बॉम्बची व्यवस्था कोण करणार होतं?'

'अहो, मी सांगते, हे त्यातले नाहीत हो!'

'बाई, शक्यतो तुम्ही मधे पडू नका. नाडकर्णी, मला ह्याचं उत्तर हवं आहे.'

'तुम्ही माझं ऐका. एकच रिक्वेस्ट– ह्याच्या ऑफिसांत फोन करा फक्त!'

'ऑलराईट. सांगा नंबर!' मधुवंतीकडे निरखून पहात बांदिवडेकर म्हणाले.

अर्ध्यापाऊण तासाच्या अवधीत अवीच्या ऑफिसचा बॉस फडके, सौ. गोखले, श्यामला टिपणीस व दाते बायकोला घेऊन चौकीवर हजर झाला. बांदिवडेकरांनी प्रश्नांची सरबत्ती चालू केली. ऑफिसातल्या हालचाली, वागणूक याबद्दल साहेबांनी पुन:पुन्हा ग्वाही दिली. सौ. गोखले, श्यामला टिपणीस, दाते दांपत्य– या सर्वांनी अवीच्या सवयीबद्दल पुन:पुन्हा सांगितले.

एवढे रामायण घडत होते तरी अवीचे उद्योग-उपद्व्याप चालूच होते.

खाली मान घालून बांदिवडेकरांचीच पेन्सिल उचलून तो टेबलाच्या कोपऱ्यावर पडलेल्या कागदाच्या कपड्यावर काहीतरी लिहीतच होता. आता बांदिवडेकरांची खात्री पटण्यास खास उपाय सापडल्याचा दातेला आनंद झाला. उमेदीने तो म्हणाला, 'पहा साहेब, एवढ्या गोंधळातही त्याचा उद्योग चालूच आहे. बांदिवडेकरांनी तो मजकूर वाचला व ते मोठ्याने गरजले,

'ऑल ऑफ यू कॅन गो!'

सगळे बाहेर पडले. जाताना मधुवंतीने अवीला खेचतच नेले. बांदिवडेकरांकडे भीतभीत पहात मोहित्यांनी अवीने लिहून ठेवलेला मजकूर वाचला,

'लाच घेतल्याशिवाय बांदिवडेकर सोडणार नाहीत.'

□

दात है तो बात है

	सोमवार	मंगळवार	बुधवार	गुरुवार	शुक्रवार	शनिवार
		१	२	३	४	५
६	७	८	९	१०	११	१२
१३	१४	१५	१६	१७	१८	१९
२०	२१	२२	२३	२४	२५	
२७	२८	२९	३०	३१		

त्या टारगट कंपूला कोण ओळखत नव्हतं? सगळेच ओळखत होते!– आख्खं कॉलेज. ऑफिसात बॉयपासून बॉसपर्यंत सर्व! एवढंच नव्हे, तर तो कंपू ज्या ठरलेल्या लोकलमधून प्रवास करीत असे, त्या गाडीतले सहप्रवासीदेखील त्यांना ओळखून होते. थोडक्यात म्हणजे ही 'टारगट कंपनी' सगळ्यांना माहीत होती. प्रत्येकाच्या आडनावचं पहिलं अक्षर, घेऊन 'टारगट' हा शब्द तयार झालेला होता. आणि तो शब्दप्रयोग टाकळकर, रणदिवे, गद्रे, टकले– सगळ्यांनाच बिनशर्त मंजूर होता.

ह्या चौकडीचे सगळे कार्यक्रम एका वेळेला होत असत. सकाळी कॉलेज, दुपारी नोकरी, संध्याकाळी पाच-पस्तीसची गाडी, ह्या गोष्टी बरोबर करणं म्हणजे अगदी टॅक्सीवाल्यानं टॅक्सी चालू करण्यापूर्वी 'मिटरफ्लॅग' फिरवण्याइतकं आवश्यक आणि सहज ठरलेलं होतं. ह्या व्यतिरिक्त त्यांचे नेहमीचे कार्यक्रमही सांघिक स्वरुपात व्हायचे! 'न्यू आराम' मधे एकटा टाकळकर कधी भजी खाताना दिसायचा नाही, त्याचप्रमाणे शनिवारी दुपारी 'मेट्रो'च्या लाइनीत एकटा गद्रे उभा राहील, अशी पैज कुणी जिंकणं शक्य नव्हतं.

ह्या सगळ्या लौकिकाला साजेल अशा तऱ्हेनंच आज चौघांनीही ऑफिस लौकर सोडलं होतं. एकटा टकले लौकर जायचं कन्सेशन मागायला आला, तेव्हाच साहेब समजले होते, की हे कन्सेशन एकट्या टकलेसाठी नाही! ऑफिस सोडलं तर चौघांनी एकदम, नाहीतर कुणीच नाही, हे टकले आपल्याला ऐकवणार, हे समजून साहेबांनी चौघांनाही सोडलं होतं. तशीच वेळ आली, तर चौघेजण कामाचा फडशा पाडतात, ह्यावर साहेबांचा नुसता विश्वासच नव्हता, तर तसा त्यांचा पूर्वानुभव होता.

'टारगट कंपू' ने आज चार-पंचवीसची गाडी पकडायचा निर्णय घेतला ह्याला तसं काही खास कारण नव्हतं. एकाला लौकर निघायची लहर आली, तशी चौघांनाही आली. लौकर जाण्याच्या 'बिला'चं तीनदा वाचन झाल्यावर एकमुखानं ठराव

पास झाला आणि दारावरच्या पहारेकऱ्याची सलामी घेत चौकडीनं ऑफिस सोडलं!
'आज साला सकाळपासूनच 'दांडी मूड' लागला होता! ह्यापूर्वीच पळण्याचा विचार होता; पण तुम्हांला तो कितपत मानवेल ह्याबद्दल शाश्वती नव्हती.'–टाकळकर म्हणाला.
'तू आमचा अपमान करतोयस्!... आजपर्यंत आपल्या चौघांत एकालाही अशा शंकेनं भेडसावलं नव्हतं.' गद्रेनं टाकळकरला तातडीनं जामलं.
'गद्रे इज् सेंट परसेंट राइट! टाकळकर एक्स्प्लेन मी, व्हाय यू शूड नॉट बी फाइन्ड फॉर धिस स्टेटमेंट?' रणदिवेनं सात्त्विक संताप प्रकट केला.
'दोस्तो! समजलो मी ह्याचा अर्थ! ह्या सगळ्याचा सरळ अर्थ एवढाच की, तुम्हांला कॉफी हवी आहे आणि तीही ॲट माय कॉस्ट!'
'देअर यू आर!'– टकल्यानं आपला आनंद प्रकट केला.
ह्या चौकडीला लांबून येताना पाहूनच 'मिल्क सेंटर'वरच्या वेटरनं कॉफीचे चार कप तयार ठेवले.
चौघांनी कॉफीच्या कपावर उड्या मारल्या. कॉफीचे दोन घोट घेऊन होतात न होतात तोच टाकळकर एकाएकी कॉफी घ्यायचा थांबला. आकर्षक बांध्याची एक पाठमोरी मुलगी टाकळकरच्या दिलाचे लाख तुकडे करीत, समोरून चालली होती. टाकळकर कॉफीचा कप, इतर तीन मित्र– सर्वस्व विसरला! पण बाकीचे त्याला विसरणं शक्य नव्हतं. गद्रे टाकळकरकडे बारकाईनं पहात होता. टाकळकरच्या नजरेच्या दिशेनं गद्रेनं आपलीही नजर वळवली, आणि टाकळकरचा 'विश्वामित्र' का झाला ह्याचा त्याला उलगडा झाला.
'नक्कीच ह्या टाकळ्याचं टाळकं जाग्यावर नाही आज! ह्यानं आपला दुसरा नियमही मोडला!'
'कोणता?' कॉफी संपवीत रणदिवेनं विचारलं.
'मघाशी ह्यानं, आपण त्याच्या विचारांशी सहमत होऊ की नाही अशी घातक शंका घेतली. त्याची पेनल्टी पुरी व्हायच्या आतच ह्यानं दुसरा गुन्हा केलाय्– '
'कोणता पण?' रणदिवेचा पेशन्स संपुष्टात आला.
'एखादी दिलखेचक वस्तु दिसताच, पाच सेकंदाच्या आत एकानं ती दुसऱ्याला दाखवायची. टारगट पीनल कोड क्रमांक...'
'पुढचा तपशील माहीत आहे... आधी वस्तु कोणती ते दाखव!' टकल्यानं कॉफीचा शेवटचा घोट घाईघाईनं संपवीत विचारलं.
चार नंबरच्या प्लॅटफॉर्मकडे वळणाऱ्या त्या मुलीकडे गद्रेनं तत्परतेनं बोट दाखवलं.
'आता ह्याला शिक्षा?'
'शिक्षेचं पुढं पाहू. त्या मुलीचं काय?' गद्रेनं सवाल टाकला.

‘अरे! हा काय सवाल झाला? क्विक् मार्च!’
‘चार-पंचवीसची गाडी–?’
‘ऑफ कोर्स सोडून द्यायची! वरातीमागून घोडं काय कामाचं?’
चौघेजण चार-पंचवीसची गाडी सोडून सव्वा चारच्या गाडीला धावले. पुढच्या फर्स्टच्या डब्यात ती मुलगी शिरलेली चौघांनीही धावता धावता पाहिली. ते सगळे तो पुढचा डबा पकडीपकडीतो गाडी हलली.
चौघांनीही त्या मुलीच्या समोरील बाकावर आसन ठोकलं. प्रथम टाकळकरानं बसता बसता तिच्याकडं पाहिलं, आणि त्याला प्रचंड धक्का बसला. तसाच धक्का आळीपाळीनं उरलेल्या तिघांनाही बसला.
– गोष्ट धक्का बसण्यासारखीच होती. सौंदर्य आणि सौष्ठव दोन्ही हातांनी उधळून देता देता विधात्यानं त्या मुलीच्या बाबतीत एक भलतीच गफलत केलेली होती.– त्या रमणीचा एक दात लक्षात येण्याइतपत पुढं आलेला होता. गौरवर्ण, चाफेकळीसारखं नाक, लांबसडक केशसंभार, एवढीशी जिवणी... ही सगळी राखीव आयुधं बोथट व्हावीत असा प्रकार त्या आगंतुक दातामुळं घडला होता. त्या पुढं आलेल्या दातापुढं काही ‘अपिल’ नव्हतं. चौघांनाही ते खटकावं ह्यांत नवल नव्हतं...
‘अरे अरे! थोडक्यात मुलगी गेली बघ!’ गद्रे कुजबुजला. तेवढ्यात सावधानतेनं टाकळकरनं ते पटल्याचं दर्शवलं.
‘केशकपालावरून चाफेकळीपर्यंत नजर ‘स्मूथली’ खाली येऊ लागते तोच दातापाशी अडकते.’– रणदिवेनं आपली रसिकता प्रकट केली.
‘तुझ्यासारख्याला तेवढा अडचर हवाच!’ टकलेनं त्याची ‘विकेट’ घेतली.
‘हो! नाहीतर चाफेकळीवरून तू आणखी कुठं जाऊन पोचला असतास, ह्याचा नेम नाही!’ आधीच चेहरा टाकून बसलेल्या रणदिवेवर टाकळकरनं हल्ला चढवला.
चूपचाप बसलेल्या गद्रेला रणदिवेनं मुद्दाम विचारलं, ‘क्यों जनाब! आप चुपचाप क्यों हो! लगवा ना तुम्ही पण एखादा शालजोडीतला!’
‘मला खरोखरच वाईट वाटतंय् त्या दाताबद्दल!’ गद्रेनं खिन्न आवाजात सांगितलं.
‘तुला एवढं वाईट वाटून घ्यायचं कारण नाही. परमेश्वराची ती चूक तू सुधारू शकतोस.’ टाकळकरनं हलक्या आवाजात सांगितलं.
‘ती कशी काय?’
‘तुझे काका डेंटिस्ट आहेत ना? त्यांना सांग, हल्ली बाहेर आलेले दात आत घालण्याचा शोध लागला आहे म्हणतात.’
‘म्हणजे घशात?’ रणदिवेनं विनोद करण्याची जागा सोडली नाही.
‘शूः! हळू! तिला ऐकायला जाणं बरं नाही.’– टाकळकर.

'ते बरं नसलं तरी खरं आहे. आणि तिला ऐकू गेलंच, तर ती जास्तीत जास्त काय करील? रागावेल! भडकेल! आपल्यापैकी एखाद्याचा अपमान करील. ते तर आपल्याला हवंच आहे. त्या निमित्तानं बोलणं चालू करता येईल. डेंटिस्ट-काकांचा पत्ता सांगता येईल.' रणदिवेनं भूमिका 'क्लिअर' केली.

'आणि तिला नाही आवडलं, तर ती कायमचा दात ठेवील. मग काय करशील?'

'काय करणार? आपलेच दात आणि आपलेच ओठ म्हणून गप्प बसेन.'

'त्यातले 'ओठ' विसरा बरं! ओठाच्या पुढं दात आहे, हे पहा जरा! तोंडात बसून आपलेच दात पाडून घेतले नाहीस म्हणजे मिळवली!'

'काही होत नाही. डेंटिस्ट-काका आहेत तोवर भीति नाही.'

'पण अशा आडवाटा का? आपण तिला सरळसरळ सजेस्ट करू!' टकलेनं डायरेक्ट मेथड सुचवली.

'जाना दो यार! तिच्या दाताचा आपल्याला काय त्रास होतोय?'

'टाकळ्या! टू बॅड! आपण फक्त आपल्याला त्रास होणाऱ्या गोष्टींचाच बंदोबस्त करावा, हा निव्वळ स्वार्थ झाला. आपल्यासारख्या एका समवयस्काला त्याचा किती ताप होत असेल?'

'कुणी सांगावं? एखादा 'खास चार्म' पण असेल!'

'तुम्ही सगळे फार बोलताहात. एखादं वाक्य जरी तिला ऐकू गेलं, तरी वांधा आहे. तिच्या पुढं आलेल्या दाताबद्दल तिनं स्वत:ही एवढा विचार केलेला नसेल. दात-दात-दात– बस् होगयी बात!'– गद्रे वैतागून म्हणाला.

'बस् कैसी हो गयी? ऐक–
कान है तो मान है,
नैन है तो चैन है,
पाँव है तो गाँव है,
हात है तो जात है,
और दात है तो बात है।–'

रणदिवेनं पद्यावली पेश केली. हळूहळू त्याचा आवाज चढत गेला. इतका की 'दात है तो बात है' म्हणताना तो जवळजवळ ओरडलाच. शेवटची ओळ झाल्यावर खिडकीबाहेर पहात असलेल्या त्या मुलीनं पटकन् आत पाहिलं. त्याच वेळेला टाकळकर ओरडला, 'वा:! शायरे आलम! जबाब नहीं।'

गद्रेनं लगेच चेष्टेच्या सुरात म्हटलं, 'शायरे आलम! आता हेहि ऐका. दात जिभेला म्हणतात,
'हम बत्तीस, तू अकेली, बसी हमारी माय।
जरासी कतर खाऊं तो फिरयाद कहाँ ले जाय?॥''

'त्यावर जीभ म्हणते–
'मानती हूं,– मैं अकेली, तुम बत्तीस, बसी तुम्हारी माय।
जरासी टेढी बात करू तो बत्तीसही गिर जाय.'॥'
– ह्यावर सगळे मनापासून हसले. आता गप्पांचा ओघ ओसरला होता. दांडी मारल्यामुळं चौघेही लवकर घरी पोचणार होते. संध्याकाळी काय काय करायचं, ह्यासंबंधी त्यांचे स्वतंत्र विचार सुरू झाले. तेवढ्यांत त्या मुलीनं चौघांकडे नजर टाकून टाकळकरला सरळ विचारलं,
'माझ्यासंबंधीची चर्चा संपली काय?'
चौघेही हादरले. एकमेकांकडे, दुसऱ्यानं उत्तर द्यावं, ह्या अपेक्षेनं पाहू लागले. त्या मुलीला गालातल्या गालांत हसताना पाहून रणदिवेचा धीर चेपला.
'यू आर अंडर रॉंग इंम्प्रेशन. आम्ही तुमच्याबद्दल बोलत नव्हतो.' तो म्हणाला.
'म्हणजे तुम्ही नुसतेच भित्रे नाही, तर अप्रामाणिक पण आहात! निदान विचारल्यावर तरी सरळ कबूल कराल, असं वाटलं होतं मला.' ती मुलगी म्हणाली.
'वुइ आर सॉरी.' टाकळकरनं त्यातल्या त्यात प्रामाणिक बनण्याचा प्रयत्न केला.
'यू नीड नॉट बी!' ती संथपणे म्हणाली. चौघे मांजरासारखे चुपचाप बसले. पुन्हा तिनंच सुरुवात केली,
'तुमच्यापैकी एखादा जरी सरळ मला म्हणाला असता की, 'बाई यू आर एक्सेप्शनली स्मार्ट अॅण्ड गुड लुकिंग... फक्त जरा तो दात नीट हवा होता–' तर मला ते अधिक आवडलं असतं.'
अंमळ धीट होत टकलेनं विचारलं,
'असं डायरेक्ट्ली कुणी बोलतं का पण?'
'तेच तर ठीक नाही! अशी धिटाई राहिलेलीच नाही आज कुणात.'
'पण आम्ही तुमच्यासंबंधीच बोलत होतो कशावरून?'
'मलाही थोडी पारख आहे. मनुष्यस्वभावाची.' ती मुलगी हसत उत्तरली. 'चारपाच कॉलेज स्टुडंट्स एकत्र जमले तर ते काय महागाईबद्दल बोलतील?– तेही डब्यात एकच मुलगी असताना? शेजारच्या मुलीला आपलं बाष्कळ बोलणं, स्वतःला भारी वाटणारे, पण वस्तुतः फालतू असलेले विनोद– जास्तीत जास्त कसे ऐकू जातील, अशी त्यांची धडपड चालते. एकमेकांच्या अॅक्टिव्हिटिज् मग मोठ्यांदा चर्चिल्या जातात. एकजण दुसऱ्याच्या नाटकातल्या पडलेल्या भूमिकेचं कौतुक करतो, तर दुसरा तिसऱ्याच्या क्रिकेटमधल्या न काढलेल्या सेंचुरीची वाहवा करतो. त्या वेळचं त्यांचं टीमवर्क वाखाणण्यासारखं असतं! आणि ह्याच्याउलट आत्ता तुमच्यापैकी प्रत्येकजण मला तुमचं बोलणं कसं ऐकू येणार नाही ह्याचीच दखल घेत होता. तेव्हा ते बोलणं माझ्या पुढं आलेल्या दाताबद्दलच

असणार यात शंका कसली?’

सगळेजण गप्पगप्प झाले. पण त्या गप्प बसण्यात स्वास्थ्य नव्हतं. आणि त्याहीपेक्षा समोरची व्यक्ती एवढा मोकळेपणा दाखवायला तयार असताना उगीचच गप्प बसणं ठीक नव्हतं. त्यापेक्षा पराभव आनंदानं पत्करून हातमिळवणी करणं जास्त मोठेपणाचं होतं. सरळसरळ शरणागति पत्करून टाकळकर म्हणाला,

‘आपण आपला पराभव कबूल करतो बुवा! तुमची स्पष्टोक्तिही आपल्याला आवडली! आणि आमच्यासारख्यांचं तुम्ही केलेलं परीक्षण पण आवडलं!’

‘थँक्स!’ ती मुलगी म्हणाली, ‘माझे आडाखे कदाचित् चुकीचे असतील; पण माझ्यापुरता आपला मी एक हिशोब बसवला आहे. पेहरावावरून मी काही अंदाज बांधले आहेत. वुलन रंगीत पँट, वर मॅनिला– ह्या कपड्यांतला माणूस मला रिझर्व्हड् वाटतो. बुशकोट रंगीबेरंगी असेल तर स्वच्छंदी वाटतो. असा प्राणी धक्का मारून नंतर अंग चोरणार नाही किंवा ‘सॉरी’ म्हणणार नाही. ‘कलेसाठी कला’ ह्याप्रमाणे त्याचा तो ‘धक्क्यासाठी धक्का’ असतो. कडक इस्त्री, पांढरी पँट, पांढरा शर्ट, क्वचितप्रसंगी टाय्, अशी वल्ली केवळ नाइलाज म्हणून मुलीशेजारी बसतोय् असा चेहरा करीत हमखास मुलीशेजारीच बसेल, गाडीच्या धक्क्यांचा फायदा घेत ‘एक्स्क्यूज मी’ करीत हळूच धक्के मारील. पांढरा लेंगा, वर लखनौ झब्बा, केस ठरवून विस्कटलेले, अशा माणसांचा भरवसा नाही. काही काही वेळा हे खरोखरच स्वत:च्या तंद्रीत असतात. अशावेळी बायकांकडून त्यांना धक्का लागला तरी त्यांना त्याची दाद नसते; पण केव्हा केव्हा तंद्रीचा बहाणा करीत, हा प्राणी पण धक्का मारील... म्हणजेच अशा वल्लींचा भरवसा नाही.’

‘टारगट कंपू’ ह्यावर खदखदून हसला.

गाडीचा वेग मंदावला. ‘बरंय् येते मी’ असं म्हणत ती मुलगी उठली. आता मात्र गद्रेला राहवेना. तो प्रांजलपणे म्हणाला,

‘एकच मिनिट थांबा. मला खरोखरीच तुमचा तो दात बघवत नाही. हे माझ्या काकांचं कार्ड घ्या. ते उत्तम डेंटिस्ट आहेत. तुमचा तो दात ते–’ पुढं कोणते शब्द वापरावेत हे गद्रेला कळेना. तेवढ्यात ती मुलगी म्हणाली,

‘म्हणा ना घशात घालतील म्हणून!’

सगळे पुन्हा शरमिंधे झाले. ती मुलगी ते कार्ड घेत पुढं म्हणाली,

‘तुमच्या कळकळीबद्दल आभारी आहे मी. पण ह्या दातासंबंधी माझं मत विचाराल तर मला हा दात असाच बरा वाटतो.’

–सगळे चपापले!

‘म्हणजे त्याचं असं आहे,’ ती मुलगी पुढं म्हणाली, ‘हा पुढं आलेला दात माझं

उत्तम संरक्षण करतो. माझ्या व्यवसायामुळं मला वेळीअवेळी, केव्हाही, कुठंही जावं लागतं– तेही सोबतीशिवाय! अशा वेळी ह्या दातामुळं माझं संरक्षण होतं. कॉलेज स्टुडंट्स आणि इतरही अनेक दिखाऊ शिष्ट माझ्या ह्या दातावर जास्तीत जास्त चर्चा करतात. पण माझ्या मागं लागण्याच्या विचारानं आलेले लोक ह्या दातामुळं तिथंच थबकतात, बिचकतात, पाठलाग सोडून निव्वळ चर्चा करतात– तीही आपापसांत. सरळ बोलायचं धैर्य कुणालाच होत नाही. हे असं पाहिलं म्हणजे वाटतं, आम्ही फक्त पेहेरावातच पुढं गेलो आहोत. आम्ही फक्त कपडे बदलले. आमची मनं, वृत्ती रानटी अवस्थेतच राहिल्या आहेत. आमच्यापाशी फक्त पेहेराव आहे, त्याच्या आत सुदृढता नाही. फक्त शब्द आहेत, पण त्यात जिव्हाळा नाही. तेव्हा हा दात पुढं आला आहे, तेच छान आहे!'

स्टेशन आलं होतं. तिच्या अद्भुत खुलाशानं चौघेही टारगट मूक बनले. गद्रेकडे पाहून ती मुलगी पुढं म्हणाली,

'तुमच्या काकांना मी ओळखते. त्यांना माझा नमस्कार सांगा. दाताचं हे संरक्षण त्यांनीच मला दिलंय्!'

–असं म्हणून उतरता उतरता त्या मुलीनं ओठाबाहेर डोकावणारा तो नकली दात त्या चौकडीला हातात काढून दाखवला, आणि त्या चौघांचे बत्तीस चोक एकशेअठ्ठावीस घशांत गेलेले दात बघायला बिलकूल न थांबता ती तडक तिथून निघून गेली!

□

करंजी

	सोमवार	मंगळवार	बुधवार	गुरुवार	शुक्रवार	शनिवार
		१	२	३	४	५
६	७	८	९	१०	११	१२
१३	१४	१५	१६	१७	१८	१९
२०	२१	२२	२३	२४	२५	
२७	२८	२९	३०	३१		

मी जवळच्या 'लॅच की' नं दरवाजा बाहेरूनच उघडला आणि दरवाजा उघडताच मला समोर एक होल्डऑल आणि दोन ट्रंका एकावर एक ठेवलेल्या दिसल्या. मनात म्हणालो, 'पाहुणे' आलेले दिसताहेत.

एरव्ही मला कदाचित् ह्या अनाहूत पाहुण्याचा राग आला असता. पण आज बरं वाटलं. आज मला पाहुणा हवा होता. अगदी सौ. च्या माहेरचा लांबचा-लांबचा- म्हणजे अगदी चुलत मामाच्या सुनेचा आतेभाऊ देखील पाहुणा म्हणून चालणार होता. का म्हणून नाही विचारलंत? आहे, संकोच कसला करताय्? जिथं मी तुम्हांला सगळं सांगायचं मनांत आणलंय् तर काही राखून ठेवणार आहे का? तुम्ही विचारा! जरा थोडी उत्सुकता दाखवाल की नाही चेहऱ्यावर? जाऊ दे. नका विचारू! मीच सांगतो. पाहुण्यासारखी उपद्रवकारक चीजदेखील आवडते केव्हा? सौ. बरोबर भांडण झाल्यावर!

पटलं की नाही? द्या टाळी! बायकोबरोबर भांडण झालं की पाहुणा वरदान वाटू लागतो. कारण मग सगळे मतभेद गुंडाळून ठेवून बायकोला आपल्याशी प्रेमाने- आपलेपणानं बोलावंच लागतं. आता मधून केव्हातरी एखादा 'शालजोडीतला' गनिमी काव्यानं अंगावर येतो, पण त्याला काय इलाज? एखादा दाणा कुजका निघेल ह्या भीतीपायी आपण भाजलेले शेंगदाणे खाण्याचं सोडून थोडंच देतो? अशा गोष्टीकडे दुर्लक्ष करायचं असतं. 'मला हवं ते बोलल्याशिवाय मी रहायची नाही.' असं बायको जरी म्हणाली तरी त्यात घाबरण्यासारखं काय आहे? आपल्याला हवं तेवढंच आपण ऐकायचं असतं! स्वत:ला उपयोगी पडेल एवढंच ऐकण्याचं कसब आमच्याजवळ नसेल तर मग आम्ही कसले वकील?– बायकोकडे प्रतिपक्षाचा वकील ह्या, दृष्टिकोनातून पहावं– म्हणजे सगळे प्रश्न चुटकीसरशी सुटतात. इथं तुम्ही आम्हांला विचारणार आहात की, जन्माच्या सोबतीणीला विरोधी पक्षाचा वकील मानून कसं चालेल? आम्हांला कबूल आहे! आपका सवाल बिलकुल सही!– पण त्याला इलाज नसतो. बायको जेव्हा साध्या साध्या

विषयांत देखील अटीतटीनं मुद्दे मांडायला लागते तेव्हा तिला वकील म्हणायचं नाही तर काय म्हणावं माणसानं?– फार कशाला?– सकाळचंच उदाहरण घ्या. बाब होती करंज्यांची! वरवर पाहणाऱ्याला फार सामान्य वाटण्यासारखी. पण तेवढ्यावरून प्रकरण किती तापावं?– मला आता करंजी हा प्रकार अजिबात आवडत नाही. जे लोक तो 'खुळखुळ्या' सारखा प्रकार उडी मारून खातात 'तेथे कर माझे जुळती.' तर का? माझ्या मते त्या प्रकाराला काही व्यक्तिमत्त्वच नाही. आता मला सांगा, एकदा एखादी वस्तु आवडत नाही म्हणल्यावर काही 'अपील' आहे का?– पण छे. बायको गप्प बसली नाही तर प्रतिपक्षाचा वकील कसली? करंजी ह्या प्रकाराबद्दल माझी ही मतं माहीत असूनही मी पानावर बसलो तेव्हा तिनं दोन करंज्या पानावर टाकल्या.

–मी न बोलता त्या करंज्या चिमटीत पकडल्या आणि शेजारच्या बशीत ठेवून दिल्या; तेवढ्यात ज्योती म्हणाली,

'खाऊन तर पहा, मस्त झाल्या आहेत.'

'ज्योती, तुझ्या पाककौशल्याबाबत मी कधी स्वप्नांतसुद्धा शंका व्यक्त केलेली नाही. तरीही मला करंजी हा प्रकार नको.'

'पहा हो, एकदा तरी खाऊन. तुम्ही नुसती ओठाला लावा एकदा, सगळा डबा फस्त करून टाकाल.'

मी तिच्याकडे पहातच बसलो. तेवढ्याच उमेदीने ती म्हणाली, 'खरंच, खाऊन पहा, तुम्ही म्हणाल, बस् ज्योती, रोज नुसत्या करंज्याच कर.'

मी मोठ्यांदा हसत म्हणालो, 'वा, म्हणजे मारेकऱ्यानं सांगावं, आपण एकदा खून करून पहावाच, वाटेल की सारखे खूनच करावेत.'

ज्योती ह्यावर जरा भडकली. तरीदेखील आवाज न चढवता म्हणाली, 'तुमचं हे नेहमीचं आहे. वकील आहात, तेव्हा तोंडात असलेच शब्द, आणि तसल्याच काहीतरी उपमा.'

'हे बघ ज्योत्,' मी मुद्दाम लाडक्या नावानं हाक मारीत म्हणालो,– 'मला उशीर होतोय्. बाकीचं पान वाढ पाहू. एकदा एखादी वस्तू आवडतच नाही म्हटल्यावर तिच्या चांगलेपणाचा प्रश्न येतोच कुठे?'

'हेच मला पटत नाही. माणसानं आधी खाऊन पहावं आणि मग आवडत नाही म्हणावं.'

'दारू पिणाऱ्या माणसांनी प्रत्येकाला असंच सांगायला सुरुवात केली तर?'

'करंजी काय दारूएवढी वाईट असते का?' झाऱ्यानं भात उकरता उकरता ज्योती म्हणाली.

'ज्योती, न आवडणारी वस्तू कशासारखी वाटेल ह्याचा काही नेम आहे का?–

पण जाऊ दे. आपल्याला हा वाद हवाच कशाला? मला करंजी आवडत नाही. तेव्हा मला ती नको. ती फार चांगली असेल, अगदी स्वर्गातलं अमृत तुच्छ वाटावं एवढी ती स्वादिष्ट असेल– वगैरे वगैरे सगळं!– फक्त मला ती नको.'

'माझ्यासाठी एकदाच खा.'– ज्योती हट्टानं म्हणाली.

'तुझ्यासाठी दुसरं काहीही करायला सांग पण हा हट्ट नको.'

'तुम्ही करंजी खा, मग माझा कोणताच हट्ट नाही.'

'खाईन, पण एका अटीवर.'

'बोला' ज्योती खुलत म्हणाली.

'तू एक सिगरेट ओढली पाहिजेस.'

ज्योती जाम चिडली. म्हणजे काव्यांत सांगायचं म्हणजे ज्योतीची हां हां म्हणता ज्वाला झाली. माझ्यासमोरची करंज्यांची बशी तिनं तरातरा उचलली आणि दोन्ही करंज्या सरळ सरळ खिडकीतून बाहेर भिरकावल्या. अगदी रस्त्यावर! पानावरून उठून मी खिडकीकडे धावायला आणि खालून आवाज यायला एकच गाठ पडली. 'वहिनी, काय प्रकार आहे हो?'

ज्योतीनं फेकलेल्या करंज्या– खालच्या मजल्यावर रहाणाऱ्या दिनकरच्या अंगावर पडल्या. मला खिडकीत पाहून दिन्या म्हणाला, 'काय वकीलसाहेब काय प्रकार आहे?' मी काय बोलणार?– तेवढ्यात दिन्या परत ओरडला, 'वहिनी, अहो वहिनी, आता चकल्या येऊ द्यात.'

ज्योतीकडे पहात मी म्हणालो, 'नुसत्या दोनच करंज्या फेकून काय होणार?' फळीवरचा डबा काढीत ज्योतीनं एकूण एक करंज्या कचऱ्याच्या टोपलीत टाकल्या. आणि मग ती चक्क बेडरूममध्ये जाऊन हुंदके देऊ लागली. पानात वाढलेला पहिला भात व्यवस्थित खाऊन मी बाहेर पडलो. आता हे भांडण आणि त्यातून अपरिहार्यपणे निघणारा अबोला– ही किमान एक सप्ताह साजरा करूनच घरातून जाणार हे अगदी उघड होतं. असा अबोला आणि मग त्यापायी आमची रात्रीची बैठक दिन्याकडे. ह्या सर्व गोष्टी आता क्रमाक्रमानेच येणार होत्या. करंजीसारखा गोड समजला जाणारा पदार्थ नवरा-बायकोत एवढी कटूता निर्माण करू शकतो हे पाहून मला त्या प्रकाराबद्दल आणखीनच तेढ निर्माण झाली.

आत्ता, लॅचकीनं दरवाजा उघडताना ह्याच सगळ्या प्रसंगाची मनात उजळणी झाली. पण दरवाजा उघडला आणि समोरच एक होल्डऑल आणि एकावर एक ठेवलेल्या दोन ट्रंका दिसल्या. मनात म्हणालो, 'पाहुणे!– वेळेवर आले. आता अबोला-सप्ताह-साजरा होईल ही भीति नाही.'

दरवाजाचा आवाज ऐकून ज्योतीच समोर आली. कर्तव्यपरायण भार्येप्रमाणे माझ्या हातातली बॅग घेत ती म्हणाली, 'राजाभाऊ आलेत.'

सकाळी काहीच घडलं नाही असं भासवीत मी म्हणालो, 'वा. गुड न्यूज!'
मी दिवाणखान्यात गेलो तेव्हा राजाभाऊ ऐटीत पाय पसरून कोचात पहुडला होता. 'काय राजाभाऊ मध्येच कसे काय?'
'कॉलेजला सुट्टी लागली. मध्येच नाही आलो.'
'सुट्टी लागल्याबरोबर मग घरून ताबडतोब सुटका कशी काय झाली?' बूट काढीत मी म्हणालो.
आमची ट्रिप चालली आहे परवा. सगळेजण गुरुवारपर्यंत मुंबईत जमणार आणि मग आम्ही सगळे निघणार. दिल्लीवर 'स्वारी.'
तेवढ्यात टोस्ट आणि चहाचा ट्रे घेऊन ज्योती बाहेर आली.
'वा, वहिनी, सतिसावित्रीनंतर तुम्हांलाच खुर्ची द्यावी लागेल स्वर्गात.'
ज्योती ह्यावर एखाद्या नवपरिणीतेप्रमाणे हसली. कोण म्हणेल ज्योती सकाळी ज्वालेसारखी झाली होती म्हणून? आता असंच होणार. राजाभाऊच्या दोन दिवसांच्या वास्तव्यात सौ. इम्प्रेशनच्या बाटल्या फोडणार आणि चैन होणार अस्मादिकांची. सौ. नं मग माझ्याजवळ बसून दिवसभर बाहेर काय काय झालं हे विचारलं. मधल्या वेळी मी काही खाऊन घेतलं की नाही ह्याची चौकशी केली. सध्या मी चालवत असलेल्या खटल्याचा निकाल होता तो नीट झाला की नाही ह्याची माहिती विचारली, आणि रात्री मला काही खास काम नाही ना हेहि विचारून घेतलं. तिला हवी असलेली माहिती मी यत्किंचीतही कसूर न करता सांगून टाकली. राजाभाऊच्या नजरेसमोर आम्ही हां हां म्हणता सुखी संसाराचं चित्र उभं केलं. आमच्या त्या प्रेमाच्या, आपुलकीच्या दृश्यानं, संसारासंबंधीचे राजाभाऊचे विकल्प कुठच्याकुठे पळाले! ट्रे घेऊन ज्योती जेव्हा आत गेली तेव्हा तो मला म्हणाला,
'वहिनी दोन दिवस जरी बाहेरगावी गेल्या तरी तू पिसाळल्यासारखा का होतोस ह्याची मला आता कल्पना आली.'
'पाहून ठेव सगळं. म्हणजे मग ज्योतीला चार दिवस राहायला पाठवा अशी तुमची पत्रे यायची नाहीत.'
जेवायला बसेपर्यंत हे सर्व छान जुळत आलं होतं. पण जेवता जेवता राजाभाऊ एकदम म्हणाला,
'वहिनी, तुमच्या हातच्या करंज्यांची फार स्तुती ऐकलीय. एकदा खिलवा आम्हांला.'
–ह्यावर मी ज्योतीकडे आणि तिनं माझ्याकडे पाहिलं. मला वाटलं, राजाभाऊचं आमच्याकडे लक्ष नसेल, पण तो बारकाईनं पहात होता.
'काय झालं?' राजाभाऊनं विचारलं.
'कुठं काय?' मी म्हटलं.
'तुम्ही दोघांनी एकमेकांकडे अर्थपूर्ण पाहिलंत म्हणून विचारलं.'

ज्योतीकडे पहात मी म्हणालो, ‘राजाभाऊ, तू कमनशिबी. आज सकाळीच करंज्या केल्याबरोबरच संपल्या. आणि तू संध्याकाळीच आलास.’

‘हरकत नाही. माझ्याहीपेक्षा करंज्यांचा भोक्ता सकाळी आलेला दिसतोय्. खरंच भाग्यवान बेटा. करंज्यावर तुटून पडणाऱ्या त्या भाग्यवानाला माझा प्रणाम सांग.’

‘जरूर सांगेन. त्या गृहस्थानं बसल्या बैठकीत करंज्यांचा फडशा पाडला.’

‘कुणालाही द्यायला मिळाल्या नाहीत. खालती रहाणाऱ्या दिनूभाऊला फक्त दोन करंज्या मिळाल्या. बाकी सगळ्या...’

‘राजाभाऊ, काय वाढू बोला?’ विषय संपवायचा म्हणून मध्येच ज्योतीनं विचारलं. पण तिकडे दुर्लक्ष करीत राजाभाऊनं विचारलं, त्या ‘महाभागाचं’ नाव तरी कळू दे. गालातल्या गालात हसत मी म्हणालो, ‘रागोबा भडकमकर!’ मी हसत राहिलो. ज्योतीचा चेहरा बदलला. आळीपाळीनं आमच्या चेहऱ्याकडे राजाभाऊ पहात राहिला.

‘वहिनी, काय मामला आहे?’– न राहवून राजाभाऊनं विचारलं.

‘नेहमीचंच भाऊजी. नवराबायकोचं खडाष्टक.’

‘शक्यच नाही, तुम्ही दोघं कधी भांडत असाल असं वाटतच नाही. त्यातल्या त्यात वहिनी, तुम्ही कधीच भांडत नसाल.’

एवढा टेकू ज्योतीला पुरेसा होता. ती लगेच म्हणाली, ‘मला खरोखरच भांडायला आवडत नाही. पण नवऱ्यानं थोडं तरी नमतं घ्यायला हवं. बायकोच्या हट्टासाठी काय बिघडलं, स्वतःच्या आवडीनिवडींना थोडी मुरड घातली तर? आम्ही जीव लावून संसार करायचा, गोडधोड करायचं आणि शेवटी धन करायची केराच्या टोपलीची.’

...आणि ह्यानंतर, ज्योतीनं सकाळचा प्रकार सांगितला. ‘करंजी’ ह्या राजाभाऊ आणि ज्योतीचा ‘कॉमन सॉफ्ट कॉर्नर’ ठरला. मग दोघांनी मिळून मला ‘कॉर्नर’ केल्यास नवल काय? करंजीसारखा प्रकार मला आवडत नसल्याने मी परमोच्च भाग्याला मुकलो आहे हे दोघं मला एकमुखानं सांगू लागली आणि मी मनातल्या मनात एखाद्या क्लायंटचा धावा करू लागलो. एरव्ही क्लायंट वकीलाचा धावा करतो, पण परिस्थिति उलटल्यावर हो काय? आता हेच पहा ना. राजाभाऊ, हा खरं म्हणजे माझा लंगोटीयार!– पण आता हां हां म्हणता शत्रूपक्षाला फितुर झालाच की नाही? ‘खाण्याचा’ प्रश्न, आल्यावर कोण फिरत नाही? कुणी पैसा चारून साक्षीदार फोडतो तर कुणी करंज्या!–

तेवढ्यात दरवाजा वाजला. मी उमेदीनं धावलो. दरवाजा उघडला. एक अनोळखी गृहस्थ माझी चौकशी करीत आला होता. त्याला बसायला सांगून मी हात धुवायला आत गेलो. ‘करंजी’ ह्या विषयावर आत दोघांचं ‘बौद्धिक’ चालू झालं होतं.

मी बाहेर आलो. माझ्याच वयाचा तो गृहस्थ अगदी त्रस्त झालेला दिसत होता. तातडीनं तो आला होता ह्यावरून अडचणीत होता हे सांगायला नकोच होतं.

'बोला काय काम आहे?'
'मी तुमच्या रानड्यांकडून आलो. त्यांनीच तुमचं नाव सुचवलं.'
'हरकत नाही. माझ्या घरापर्यंत पोहोचलात ना? बाकीच्या तपशीलाची मला गरज नाही. Be a friend. बोला काम!'
'काम खाजगी आहे.'
'डॉक्टर, वकील हे लोक फक्त खाजगीच कामं पहातात. बेलाशक बोला; पण थोडक्यात बोला. नाव काय म्हणालात?'
'नाव, सदानंद तावडे.'
'बोला, तावडे, सविस्तर बोला.'
'मला घटस्फोट हवाय्. आणि तो कसा काय मिळवता येईल ह्यावर तुमचा सल्ला हवाय्.'
–मी हसलो.
'कोर्टात काय कारण सांगितलं तर चटपट घटस्फोट मिळेल?' तावडेनं विचारलं.
'आधी तुमचं घटस्फोटाचं कारण सांगा.'
'बायकोचं आणि माझं पटत नाही.'
'हात्तिच्या, एवढंच ना?'
'वा, तुम्हांला हे क्षुल्लक वाटतं? कोणत्याच बाबतीत आमचं जमत नाही आणि सगळा जन्म एकत्र काढायचा. ही केवढी शिक्षा!'
'तावडे, कबूल आहे मला! पण घटस्फोट घेतल्यावर देखील चैन पडलं नाही तर काय करणार आहात?'
–तावडे गप्प बसले.
'तुमचं पटत नाही– म्हणजे नक्की काय होतं हे तर सांगाल?'– मी विचारलं.
'तिच्या माझ्या आवडीनिवडीत जमीनअस्मानाचा फरक आहे.'
'आपण आपल्या आवडीला जरा मुरड घालावी.'
माझं हे वाक्य आत ऐकू गेलं. आत माझ्या दिशेनं ज्योतीनं हात ओवाळलेला मला चक्क दिसला. पाठोपाठ राजाभाऊचं हसणं देखील!
–इथून पुढं मी करणार असलेला हितोपदेश आत ऐकू जाणं सुतराम हितावह नव्हतं. मधला दरवाजा लावण्यासाठी मी उठलो तेव्हा ज्योती आतूनच म्हणाली, 'दार राहू दे तसंच!'
–तावडे क्षणिक मतभेदामुळे– क्षणिक मनस्तापामुळं माझ्याकडे आला होता हे मी तेव्हाच समजून चुकलो होतो. आवडीनिवडी जुळत नाहीत म्हणून घटस्फोट मागणारा तावडे, आणि केवळ चिडवलेलं न समजून सगळ्या करंज्या टोपलीत टाकणाऱ्या ज्योतीमध्ये मला फरक वाटत नव्हता. तावडेला कायदेशीर सल्ल्याची

गरज नव्हती. त्याला हवा होता मैत्रीचा सल्ला–
‘वकीलसाहेब, प्रत्येक बाबतीत मुरड कशी घालायची?’
‘तावडे संसार असाच असतो. माणसांनी उद्देश पहावा. कृतीमागचा हेतू पहावा. हेतू चांगला असतो खूपदा; पण योग्य कृती, हेतू व्यक्त करण्यासाठी हमखास सापडतेच असं होत नाही. म्हणून मी म्हटलं की आपण मुरड घालायला शिकावं. तुम्हांला नवराबायकोचं नातं कसं असावं हे थोडक्यात सांगू?– संसार, कुटुंब, किंवा पति-पत्नीचं नातं कसं असावं? करंजी सारखं हवं. नवरा म्हणजे बाहेरचं आवरण. त्यानं आतल्या सारणाचं नेहमी रक्षण करायचं असतं. करंजीवरून, काटेरी चाक नाही का शेवटी फिरवत? त्याला कातणं म्हणतात, माहीत आहे ना! परिस्थिती त्या काटेरी चाकासारखी असते. तिला आपण तोंड द्यायचं. आतल्या सारणाला धक्का लावू द्यायचा नाही. नुसत्या सारणाला किंमत नाही, नुसत्या आवरणाला पण महत्त्व नाही. पण दोन्ही एकत्र आल्यावर?–’
‘पण, वकीलसाहेब...’
‘पण बीण काही नाही. मी म्हणतो तेच खरं आहे. बायको ही सारणासारखी गोड असते एवढं तरी मान्य आहे की नाही?’
–तावडे चक्क लाजले– गप्प बसले. मी उमेदीनं म्हणालो, ‘मग झालं तर! आपल्याला सारण हवंय. खरं की नाही? कारण त्याशिवाय करंजीला महत्त्व नाही. होय ना!’– तावडे परत लाजले.
आत ज्योती आणि राजाभाऊ एकमेकांना टाळ्या देत होते. मी तिकडे पाहिलंच नाही.
प्रतिपक्षाच्या वकीलाची अशीच उपेक्षा करायची असते. खरं की नाही? द्या टाळी!!

□

सप्तपदीने साती सूर जुळले नाहीतर जीवनगाणे कसे बेसूर होते त्यांचा हा कथासंग्रह

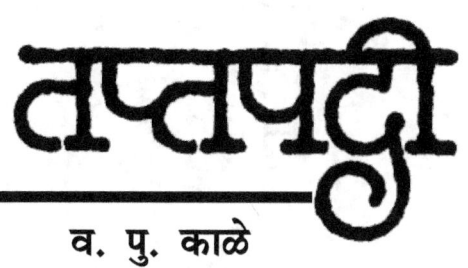

तप्तपदी

व. पु. काळे

लग्न विधीतल्या सप्तपदीबरोबर सुखाच्या सहस्त्रपदांची स्वप्ने पाहत स्त्री प्रपंचात पाऊल टाकते.

त्यावेळी अनेक संमिश्र भावनांनी तिचे मन वेढलेले असते. नव्या नवलाईचं अप्रुप, नवीन वातावरणं, नवीन माणसं

याचं अनामिक दडपण, आणि साऱ्या आयुष्याचाच ट्रॅक बदलणारी महत्त्वाची घडामोड -

नव्यानवलाईत डोळ्यासमोरच्या सहजीवनाबद्दलच्या स्वप्नांच्या धुंदीत पावलांखालची जमीन कशी आहे हे कित्येकदा समजत नाही. सुखाच्या अनुभवातला आभास हळूहळू जाणवू लागतो जीवनाचे संसाराचे बोचणारे जखमा करणारे रूप उलगडू लागते.

संसारातील अशा तप्तमुद्रांच्या कथा या संग्रहात वपुंनी रेखाटल्या आहेत. अनेकजणी या तप्तपदीवरून अखंडपणे चालत आहेत. संसारात सर्वार्थानं सूर जुळणे अशक्यच. पण नवरा जर 'सखा' असेल तर पाऊलवाट फुलांच्या पायघड्यांची बनते. तसे नसेल तर—

जखमा करणारा काटेरी रस्ता. अवघड वाट अशीच शक्यता निर्माण झालेल्या संसाराच्या कथा खास वपु शैलीत.

वपुंच्या दिलखुलास शैलीत मनाच्या रंगाची खुलावट

रंग मनाचे

वपु

प्रत्येक नव्या अनुभवाचं नातं - अंगावर काटा किंवा रोमांच उठवणाऱ्या केवळ एका क्षणाशी असतं. दुसऱ्याच क्षणी तो अनुभव जुना झालेला असतो. तो क्षण आनंदाचा असो की दु:खाचा. प्रत्येक क्षणाचा, अनुभवाचा रंगही अलग आणि अनुभूतीही अलग. वेदनेच्या स्पर्शानं व्यक्तीनुरूप मनाच्या सप्तरंगाचं दर्शन घडतं. कधी वेदनेतून अत्युच्च मन:सामर्थ्याचं इंद्रधनुष्य झळाळतं तर कधी निराशेच्या काळ्या रंगाचं साम्राज्य पसरतं. ज्या क्षणी हा वेदनेचा स्पर्श होतो त्या क्षणातच बिजलीप्रमाणे मनाचे हे रंग झळाळून उठतात.

या मनाच्या विविध रंगछटांचं दर्शन वपुंच्या या पुस्तकातून घडतं. यातल्या प्रत्येक कथेतला वेदनेचा अंत:स्रोत वाचकांना वेढून टाकतो. या वेदनेसह जगणाऱ्या मनस्वी व्यक्तींच्या मनस्वी कथा अंतर्मुख करणाऱ्या...

स्वत:लाच शोधायला लावणाऱ्या...

www.ingramcontent.com/pod-product-compliance
Lightning Source LLC
Chambersburg PA
CBHW051551280626
47162CB00022B/1701
* 9 7 8 8 1 7 7 6 6 3 5 7 0 *